तुम्ही कधी महाभारत या महाकाव्याचा आताच्या काळातील गोष्ट म्हणून किंवा कॉर्पोरेटची पार्श्वभूमी असलेले महाकाव्य म्हणून विचार केला आहे? पाहा! दीपक कौल यांनी आधुनिक काळाची पार्श्वभूमी घेऊन यावर अशी एक विनोदी कथा लिहून काढली आहे, जी युवकांचा विचारप्रवाह बदलू शकेल इतकी सामर्थ्यवान आहे. कॉर्पोक्षेत्र (कॉर्पोरेट + कुरुक्षेत्र) हे महाभारत या महाकाव्यावरच आधारित आहे; परंतु त्याला आधुनिक काळाची फोडणी देऊन तीच गोष्ट आधुनिक काळातल्या तरुणांना रुचेल किंवा व्यवसायात उतरणाऱ्या पदवीधारकांना आपली वाटेल अशी लिहिली आहे.

—ध्रुव छाब्रा

स्वत:मध्ये लपलेल्या 'थरूर' या लेखकाला बाहेर काढण्याचा प्रयत्न दीपक कौल कॉर्पोक्षेत्रमध्ये करतात आणि हे करत असताना त्याला योग्य न्याय देत एका वादाला ते निर्भयपणे तोंड फोडतात. कॉर्पोक्षेत्रमध्ये एका मोठ्या कंपनीची बोर्डरूम ही त्या युद्धाचे कुरुक्षेत्र होऊन जाते जिथे सल्लागार, 'हस्तिनापूर प्रायव्हेट लिमिटेड' या कंपनीमध्ये समान वाटा असलेल्या एकाच कुटुंबातल्या दोन विरोधी गटांना एकमेकांवर कुरघोडी करण्याच्या विविध योजना आखत असतात. तुम्ही जर महाभारत वाचले असेल तर या सर्वांचा कुठे अंत होणार आहे हे तुम्हाला समजून चुकेल. जर तुम्ही ते वाचलेच नसेल तर पहिल्यांदा तुम्ही महाभारत वाचा..

—जो केर, १८ जुलै २०१६

खूप वर्षांनी हे अतिशय उत्तम असे विनोदी पुस्तक माझ्या हातात आले. मी या २१ व्या शतकातल्या कॉर्पोरेट युगातल्या महाभारताच्या प्रेमातच पडलो आणि त्याला मी ५ स्टार रेटिंग देऊन टाकले. केवळ १२० पानांमध्ये महाभारताचे सगळे सार, तेसुद्धा विनोदाची झालर लावून लेखकाने अप्रतिम पद्धतीने विषद केले आहे.

—नितीन वढेर

आधुनिक कॉर्पोरेट जगावर महाकाव्य असलेल्या महाभारताची पार्श्वभूमी घेऊन एक व्यंगचित्रात्मक लिखाण केले आहे. महाभारतातली सर्व पात्रे हुबेहूब इथे वर्तमानकाळाचा वेश पांघरून अवतरली आहेत आणि त्यानुसार आधुनिक वर्तमानकाळातील घटना इथे घडत राहतात. द्यूताऐवजी क्रिकेट आणि गोल्फ यांनी या कथेमध्ये जागा पटकावली आहे. वाचकांचा गोंधळ उडू नये म्हणून अगदी कमीत कमी शब्दांत प्रत्येक पात्राची ओळख लेखक करून देतो. इतक्या सुंदर पद्धतीने वर्णन केलेली विडंबनात्मक रूपके फार कमी पाहायला मिळतात. त्यामुळे अशा लिखाणाला प्रोत्साहन दिलेच पाहिजे. त्यामुळे पटकन उचला हे पुस्तक. वाचा आणि त्याची मजा लुटा!

—चित्तजित मित्र

आपल्या स्नेहीजनांना पुस्तके भेट द्या

कॉर्पोक्षेत्र

एम.बी.ए युगातील महाभारत

दीपक कौल

अनुवाद
सावनी केळकर

मेहता पब्लिशिंग हाऊस

CORPOKSHETRA Mahabharata in the MBA yug
by **Deepak Kaul**

Translated into Marathi Language by Savani Kelkar

कॉर्पोक्षेत्र / मार्गदर्शनपर

अनुवाद : सावनी केळकर

Email : author@mehtapublishinghouse.com

प्रकाशक : सुनील अनिल मेहता, मेहता पब्लिशिंग हाऊस,
१९४१, सदाशिव पेठ, माडीवाले कॉलनी, पुणे - ४११०३०.

मुद्रक : ट्रिनिटी अॅकॅडमी फॉर कॉर्पोरेट ट्रेनिंग लिमिटेड, नऱ्हे, पुणे - ४१.

मुखपृष्ठ : मेहता पब्लिशिंग हाऊस

प्रथमावृत्ती : ऑक्टोबर, २०१९

किंमत : ₹ १८०

P Book ISBN 9789353173425
E Book ISBN 9789353173432
E Books available on : play.google.com/store/books
www.amazon.in
books.apple.com

ति. आजीस,
तिच्या धैर्यासाठी आणि जीवन तृष्णेसाठी
सविनय अर्पण

मनोगत

अनुवादाच्या निमित्ताने 'पुस्तक'रूपाने प्रथमच तुमच्या भेटीला येताना खरंच एक वेगळाच आनंद आहे. आजवर खूप काही लिहिलं! कथा, कविता, एकांकिका अशा माध्यमातून व्यक्त होत राहिले आणि सगळ्यांना रसिक वाचकांनी छान दाद दिल्यामुळे लेखनाची ऊर्मी वाढत गेली.

'मेहता पब्लिशिंग हाऊस'ने एक दिवस अचानक हे पुस्तक हातात ठेवलं आणि त्याच्या पहिल्या वाचनातच मी हरवून गेले. पुराणकाळातली पात्रं मनामध्ये पुन्हा एकदा जिवंत झाली या पुस्तकाच्या निमित्ताने. अतिशय सहज ओघवती भाषा मनाला भावली आणि मग सहजच बोलीभाषेतूनच अनुवाद घडत गेला. यामध्ये कॉर्पोरेट जगतातल्या अनेक नवीन नवीन कल्पना सामोऱ्या आल्या. खेळाच्या वाटेला फारशी कधी न गेलेली मी, मग क्रिकेट आणि गोल्फसारखे खेळ आस्थेने पाहायला शिकले. पोकरबद्दल माहिती मिळवली.

या अनुवादाने माझ्यातल्या लेखकाला एक आनंददायी अनुभव दिला. एरवी नेहमी 'स्वान्त सुखाय' लिहिणाऱ्या माझं मलाच 'मी कुठे कमी पडतेय' असं वाटलं, तर माझ्या सासूबाई सुनंदा केळकर यांनी प्रसंगी टीकाकार, तर कधी प्रशंसक होऊन 'लिहीत राहा... चांगलं चाललंय' असं म्हणून उत्साह वाढवला. माझे पती श्री. विजय आणि लाडकी कन्या चि. पूर्वजा यांच्या सहकार्याशिवाय हे कार्य निव्वळ अशक्य!

लेखनाचं हे कौशल्य माहेरच्या अभ्यंकर घराण्याचा वारसा! बाबा कै. मधुकर आणि आई ती. आशा आणि बंधू श्री. महेश यांच्या प्रेमाची

सावली सतत बरोबर! दीपक कौल यांचं हे इंग्रजीतलं लिखाण मी मराठीत आणू शकले, त्यातल्या उत्तम अनुवादाला अभ्यंकरांचा वारसा जबाबदार आणि उणिवा असतील तर ती जबाबदारी सर्वस्वी माझीच!

महाभारतातल्या सर्वच पात्रांशी या कॉर्पोरेट युगात सहजपणे जुळणारे बंध दीपक कौल यांनी उलगडून दाखवले आहेत. कॉर्पोरेट युगातलं हे आधुनिक महाभारत मराठी वाचकांना पुराणातील अनुभव तर देईलच, पण महाभारताकडे पाहण्याची वेगळी आधुनिक दृष्टी देईल. 'मेहता पब्लिशिंग हाऊस'ने हे पुस्तक अनुवादित करण्यासाठी माझ्याकडे दिलं आणि मी या नवीन जगात गुंतून गेले. 'मेहता पब्लिशिंग हाऊस'चे मनापासून आभार! हे पुस्तक वाचताना 'त्या' पुराणकाळात गेल्याचा अनुभव खात्रीने मिळेल आणि यातल्या प्रत्येक पात्राशी, त्यांच्या स्वभावाशी आपलाही कुठे ना कुठे तरी संबंध आला आहे याची जाणीव मनात जागी होईल या विश्वासाने हा अनुवाद वाचकांच्या हाती सोपवते आहे...!!

– सावनी विजय केळकर

एक

कॉन्फरन्स रूमच्या एका भल्या मोठ्या खिडकीतून महानगराचं विलोभनीय दृश्य पाहत दुर्योधन उभा होता. ती काचेची खिडकी जमिनीपासून छतापर्यंत उंच होती. खिडकीतून त्याला महानगरातल्या निवासी इमारतींच्या पार्श्वभूमीवर'मध्यवर्ती व्यवसाय केंद्रा'तल्या भव्य इमारती, आर्थिक विषमतेची दरी दाखवत अगदी सहज दृग्गोचर होत होत्या. अगदी दूरवर क्षितिजापर्यंत पसरलेला विस्तीर्ण निळाशार समुद्र देखील तिथून दृष्टिपथात येत होता. त्याच्या ऑफिसच्या सगळ्याच कॉन्फरन्स रूम्स सर्वांत वरच्या मजल्यावर असल्यामुळे त्याला हे विहंगम दृश्य सहजच नजरेस पडत होतं. जेव्हा जेव्हा तो हे दृश्य पाहत असे तेव्हा त्याला असं वाटायचं की, जिथपर्यंत त्याची नजर पोहोचते आहे तिथपर्यंत दिसणाऱ्या सगळ्याच गोष्टींवर केवळ त्याचीच सत्ता आहे. त्याच्या कंपनीच्या मालकीची जहाजे त्या समुद्रात व्यवसाय करत असत ना, त्यामुळे अगदी त्या भव्य समुद्रावरदेखील त्याचीच सत्ता आहे असं त्याला वाटायचं. या आधुनिक युगातल्या भारतीय व्यवसायाचा फार मोठा भाग त्याच्याच अतिभव्य अशा 'हस्तिनापूर एन्टरप्रायझेस'ने व्यापला असल्याने त्याच्या मनात येणारे हे विचार तसेही काही चूक नव्हतेच म्हणा!

तसंही, 'हस्तिनापूर एन्टरप्रायझेस'च्या विस्तारासाठी आणि भरभराटीसाठी केवळ आपण एकटेच जबाबदार नाही हे दुर्योधनाला स्वत:लाही चांगलंच ठाऊक होतं. त्याच्या पूर्वजांनी विविध व्यवसायांचा पाया रचला होता. हळूहळू त्या सगळ्या व्यवसायांना एकत्र आणून हे

भलंमोठं साम्राज्य त्यांनी फार कष्टाने उभं केलं होतं. वर्तमान स्थितीतला उत्तम चालणारा हा व्यवसाय आता वारसाहक्काने त्याच्याकडे आला होता. अर्थात, त्यानेही तो तशाच उत्तम पद्धतीने पुढे सुरू ठेवला याचा त्याला सार्थ अभिमान होता. त्याचा दुसरा अर्थ असा की त्याचे पिताश्री त्या कंपनीचे चेअरमन होते; त्यांचा 'प्रॉक्सि' म्हणून काम पाहताना, संचालक मंडळावर अंकुश ठेवण्यात तो उत्तम प्रकारे यशस्वी झाला होता. हे सगळं इतके दिवस ठीक सुरू होतं, पण आता पांडवांनी आपले इक्विटी स्टेक परत मागितले असल्याने आपल्याला आता या युद्धाला सामोरं जावं लागणार आहे हे तो चांगलंच जाणून होता.

डोळे मिटून त्याने खोलवर नि:श्वास सोडला. संचालक मंडळावर आपली स्वत:ची छाप पाडण्यासाठी त्याने अथक परिश्रम केले होते. खरंतर पांडव हेही 'हस्तिनापूर एन्टरप्रायझेस'चे अगदी रास्त भागधारक होते. ही गोष्ट माहीत असल्याने पांडवांचा प्रस्ताव मान्य करावाच लागणार आहे, हे दुर्योधनाला अगदीच माहीत होतं. हे सगळं जरी असलं तरी तो प्रस्ताव संचालक मंडळाने मान्य करू नये म्हणून त्याला दबावतंत्र वापरून त्यांना वेठीला धरावं लागलं होतं. इतकी वर्षं पांडवांच्या वतीने विश्वस्त म्हणून त्याच्या वडिलांनी आणि नंतर त्याने स्वत: सांभाळलेल्या 'प्रमोटर कोटा'मध्ये पांडवांचा १०० टक्के हक्क होताच की! आज या कंपनीचं सध्याचं मार्केटमधलं भांडवल पाहता, त्यातला १ टक्काच काय तर ०.०१ टक्का वाटा द्यायलाही तो तयार नव्हता. आदल्या दिवशी संध्याकाळी त्याने आपल्या पिताश्रींना अगदी निक्षून सांगितलं होतं की पांडवांना या 'हस्तिनापूर एन्टरप्रायझेस'मधला १ टक्का वाटाही मी मिळू देणार नाही.

त्याच्या या निर्णयामुळे धास्तावलेल्या पिताश्रींनी त्याला भावी संकटाची सूचना दिली. हा वाद बाहेरच्या जगात कोणालाही समजू नये म्हणून पांडवांबरोबर उघड शत्रुत्व पत्करायला तयार नसलेलं संचालक मंडळ या निर्णयाचा अटीतटीने विरोध करेल. आधीच पांडवांनी आपला हेतू उघड केल्यापासून वृत्तपत्रांतनं आणि टीव्ही चॅनेलवरनं 'कंपनीचे तुकडे होण्याच्या बेतात असल्याच्या' बातम्यांचं पेव फुटलं होतं. 'हस्तिनापूर एन्टरप्रायझेस'चा वरदहस्त असणाऱ्या काही महत्त्वाच्या 'मीडिया आउटलेट'मुळे दुर्योधनाने या आणि अशा सर्व बातम्यांना

दाबून टाकून ही आग शमवण्यात यश मिळवलं होतं.

स्वत:ची लालसा जाणून असणाऱ्या दुर्योधनाला हेही माहीत होतं की या वाटाघाटींचा परिणाम तसाही आपल्या विरोधातच जाणार आहे. ही कुटुंब कलहाची बातमी फार काळ लोकांपासून लपवून ठेवणं तसंही त्याला शक्य नव्हतं. या सनसनाटी वृत्तामुळे कंपनीच्या मार्केट शेअरवर जबरदस्त परिणाम होणार होता. नुकत्याच भरघोस मतांनी निवडून सत्तेवर आलेल्या नव्या सरकारमुळे त्याचा व्यवसाय भरभराटीच्या अत्युच्च लाटेवर होता. मार्केटमधलं भागभांडवल अगदी टिपेला पोहोचलं असताना या अशा बातमीमुळे हे सुंदर चित्र बदलून जावं हे दुर्योधनाला अजिबात मान्य नव्हतं.

पिताश्रींचं बोलणं जरी अगदी मान्य असलं तरी आता तो कोणतीही सबब ऐकून घ्यायच्या मन:स्थितीमध्ये नव्हता. त्याचा विचार अगदी पक्का होता.

पिताश्रींनी घेतलेल्या आक्षेपाचं जोरदार खंडन करत तो गुरकावला. गेली तेरा वर्षं ते ज्या एनजीओ मध्ये सहभागी होते तिथेच त्यांनी परत जावं. तसंही, तेवढंच त्यांना जमू शकेल. बाकी काही जमणार नाही त्यांना.

पिताश्री विनवणीच्या सुरात त्याला म्हणाले, ''अरे बाळा, पण ते तुझे सख्खे चुलतबंधू आहेत ना? त्यांच्याशी तू असा कसा वागू शकतोस? मला आणि तुलाही चांगलंच माहीत आहे की ही कंपनी 'त्यांची' आहे. त्या मुलांच्या पिताश्रींनी संन्यास घेतल्यामुळे त्यांच्या वतीने मी एक विश्वस्त म्हणून ही कंपनी चालवत होतो. एक ना एक दिवस ते त्यांचा अधिकार मागायला येणारच होते. आणि मध्यंतरी जे काही घडलं त्यानंतर तर हे अगदी होणारच होतं.''

''हे पाहा पिताश्री, मी काय करायचं ते तुम्ही मला नका सांगू.'' दुर्योधन आता रागाने जवळजवळ ओरडलाच. ''सध्या तुम्ही या कंपनीच्या कामकाजात सहभागी नसता. तुम्ही संचालक मंडळाच्या मीटिंगलासुद्धा येत नाही किंवा काही निर्णयदेखील घेत नाही. इतकी वर्षं तुम्ही नसताना या कंपनीचा 'चीफ एक्झिक्युटिव्ह ऑफिसर' म्हणून मी काम पाहतो आहे. मग आता संचालक मंडळाबरोबर ही गोष्ट कशी डील करायची आणि काय निर्णय घ्यायचा हे मलाच ठरवू द्या. आता मीच या कंपनीचा सर्वेसर्वा आहे.''

“गांधारीपुत्रा, तू अतिशय धोक्याचा मार्ग अवलंबतो आहेस. हे सगळं इतक्या सहजपणे पांडव स्वीकारतील असं वाटतंय का तुला? आपल्या अधिकारांसाठी ते नक्कीच लढतील. हे बघ, तसाही आपण त्यांना या अगोदर खूप त्रास दिला आहे.” पिताश्रींनी त्याला समजावण्याचा निष्फळ प्रयत्न केला.

“ओह्! त्यांचे अधिकार? काय सांगता पिताश्री? ‘पोकर’मध्ये त्यांनी आपलं सर्वस्व पणाला लावलं होतं, हे विसरलात? हे पाहा, आता त्यांचा कशावरही अधिकार नाही. अशा विकृत जुगारी बांधवांच्या हाती माझी कंपनी सोपवू म्हणता? कदापि शक्य नाही ते. कशावरून युधिष्ठिर कंपनी हाती आल्यावर लगेचंच ‘डर्बी’ खेळून कंपनीतले त्याचे सगळे शेअर्स स्टेकला लावणार नाही? परत दुसऱ्यांदा आपले अधिकार असे गमावणे, फार मजेशीर असेल नाही?” दुर्योधनाच्या डोळ्यांतून संतापाची स्फुलिंग बाहेर पडत होती.

दुर्योधनाने पोकरचा उल्लेख करून धृतराष्ट्राच्या अंध डोळ्यांत जणू खंजीर खुपसला. मग तो गप्पच बसला. ती हळवी जखम परत एकदा भळभळून वाहू लागली. अशा रीतीने आपल्या पुत्राला ‘चीफ एक्झिक्युटिव्ह ऑफिसर’चं पद मिळावं हे त्याला कधीच रुचलं नव्हतं. तसं धृतराष्ट्राला पांडवांबद्दल अतीव पुत्रप्रेम होतं असं काही नाही, पण दुर्योधनाने स्वत:चा अधिकार योग्य मार्गाने घेतला असता तर त्याला जास्त आवडलं असतं. अगदी त्याने पांडवांचे शेअर्स खरेदी केले असते ना तरी चाललं असतं. आताच्या मार्केट कॅपिटलप्रमाणे दुर्योधनाला पांडवांचे शेअर्स खरेदी करणं आर्थिकदृष्ट्या अगदी सहज शक्य होतं.

गांधारीने मध्यस्थी करत आपल्या पुत्राशी बोलण्याचा प्रयत्न केला. “पुत्र, पिताश्री तुला अगदी योग्य तेच सांगत आहेत. अरे हे सगळं ‘त्यांचं’ आहे. आणि हे लक्षात ठेव की तेच सत्य आहे. आपण केवळ त्याचे रक्षणकर्ते आहोत. उगाच नशिबाची परीक्षा पाहू नकोस पुत्रा!”

“वा... मातोश्री आता हे बोलताय आपण! असं असेल तर मग त्यांनी ‘पोकर’ गेम खेळायलाच नको होता ना! आता तुम्ही उभयता मोठा प्रामाणिकपणाचा आव आणता आहात, पण जेव्हा पांडव पोकर खेळत होते तेव्हा मात्र त्याच्याकडे तुम्ही काणाडोळा केलात! मग त्याच वेळेस का मध्ये पडला नाहीत आणि ते सारं थांबवलं नाहीत तुम्ही? हे

त्रासदायक निर्णय घेण्याची वेळ 'त्यांनी' माझ्यावर आणली आहे पिताश्री! हे पाहा, मी काही तुमच्यासारखा सहिष्णू नाही. शिवाय, माझ्यामध्ये पांडवाना सामोरं जायची हिंमत आहे.''

दुर्योधनाचे बोल ऐकून गांधारी त्याच्यावर जवळजवळ ओरडलीच, ''पिताश्रींबरोबर असं बोलण्याची तुझी हिंमत कशी झाली पुत्र? त्यांनी केलेला त्याग तू विसरलास की काय?''

पण तिच्या या ओरडण्याचा दुर्योधनावर तसूभरही परिणाम झाला नाही.

''काय मूढासारखे बोलता मातोश्री? त्याग म्हणे! पिताश्रींनी काय त्याग केला आहे ते सांगा तरी. गेल्या काही वर्षांत पिताश्रींनी चेअरमन पदाचा योग्य उपभोग घेत अतिशय आरामदायक जीवन व्यतीत केलं आहे. आणि का करू नये? त्यांना आयुष्यभर तेच तर हवं होतं ना! आमच्या काकाश्रींनी जर संन्यास घेतला नसता ना मातोश्री, तर तुमच्या पतिराजांना आयुष्यभर दुसरा काहीतरी उद्योग करत बसावं लागलं असतं आणि आता जे काही मिळतंय ना त्याला मुकावं लागलं असतं. देवालाच ठाऊक त्याचे परिणाम काय झाले असते ते. संचालक मंडळाला मी जितका ओळखतो त्यावरून सांगतो तुम्हाला, की पिताश्रींच्या हाती कटोराच दिला असता त्यांनी. विचारा ना यांना, भारतातील एका विशाल औद्योगिक समूहाचा चेअरमन म्हणून स्वत:चं कौतुक करून घ्यायला यांना आवडतं की नाही? असं सगळं असूनही असंच देऊन टाकायचं हे सगळं?''

परत एकदा धृतराष्ट्राला आपल्या डोळ्यांत सुरा खुपसल्याची जाणीव झाली. त्याचा पुत्र अगदी योग्यच बोलत होता. भारतातल्या विशाल उद्योगसमूहाचं सर्वोच्च स्थान आणि त्याबरोबर येणारी सत्ता या दोन्ही गोष्टींचं त्याला मनातून नेहमीच आकर्षण वाटत राहिलं. इतकी वर्षं प्रयत्न करूनही आपलं हे आकर्षण त्याला अनेकदा लपवता आलं नव्हतं. आपल्या पत्नीलादेखील याची जाणीव असल्याची खात्री त्याला होती. ही इच्छा मनातून काढून न टाकता, उलट आपल्या या सुप्त इच्छेचं बीज ज्येष्ठ पुत्राच्या मनात रुजवायला आपल्या पतीने हातभार लावलाय हे जाणून ती अनेकदा आपल्या पतीला रागावली देखील होती. पण तरीही दुर्योधनाच्या मनात या इच्छेने मूळ धरलेलं जाणवूनही उभयतांनी त्याकडे दुर्लक्ष केलं होतं.

त्या संध्याकाळी, आपल्या मातापित्यांना कंपनीच्या भवितव्याच्या

काळजीत सोडून दुर्योधन बाहेर निघून गेला. अर्थात, त्याच्याही मनावर या सगळ्या बोलण्याचा थोडासा परिणाम झाल्याशिवाय राहिला नाही. आपण ज्या मार्गाचा स्वीकार केलाय त्याबद्दल मनात येणाऱ्या सगळ्या शंका दूर सारत स्वत:च्या मालकीच्या 'नॅशनल क्रिकेट लीग टीम' बरोबर त्याने प्रॅक्टिस केली आणि अनेक बॉलर्सना, विशेषतः स्पिनर्सना अगदी चीतपट केलं. दुर्योधनाच्या बॅटने फटकावलेले सुमारे डझनभर चेंडू मोकळ्या स्टॅन्डमध्ये, बाहेरच्या अंधारात, कार पार्कमध्ये तर काही पॅव्हिलियनच्या छतावर लांबवर जाऊन पडले; तेव्हा त्याला मनापासून आनंद झाला.

अर्थात, ही काल संध्याकाळची गोष्ट होती. आज सकाळी आता संचालक मंडळाला तोंड द्यायची वेळ अखेर जवळ आली, तेव्हा दुर्योधनाच्या पोटात भीतीने गोळा आला. त्याला संचालक मंडळाशी उद्धटपणे आणि दुराग्रहाने वागायला लागणार होतं. खरंतर त्याला ते अजिबात आवडणारं नव्हतं. अनेक विषयांवर कठोर भूमिका घेण्याच्या त्याच्या सवयीने आणि काम करण्यासाठी वेळेचं बंधन घालून देण्याच्या त्याच्या त्रासदायक स्वभावाने त्याने लोकांच्या मनात स्वत:ची शीघ्रकोपी व्यक्ती अशी प्रतिमा तयार केली होती. संचालक मंडळातल्या अनेक जणांनी जरी त्याला अनेकदा अडचणीत आणलं होतं तरी त्यातली काही मंडळी त्याला आवडत असत. ही मंडळी विद्वान होती. दुर्योधनाने या विद्वज्जनांच्याही नकळत त्यांच्या कुशाग्र बुद्धीचा उपयोग करून अनेकदा कंपनीचा फायदा करून घेतला होता.

कॉन्फरन्स रूमचा दरवाजा उघडून दुर्योधनाचा धाकटा भाऊ दु:शासन आत आला. संचालक मंडळाने त्याला 'चीफ ऑपरेटिंग ऑफिसर' म्हणून नेमलं होतं. नेमलं होतं कसलं...? दुर्योधनाने आपल्या पिताश्रींच्या अधिकाराचा बडगा दाखवत दु:शासनाला 'चीफ ऑपरेटिंग ऑफिसर' म्हणून नेमलं नाही, तर 'चीफ एक्झिक्युटिव्ह ऑफिसर' पदावरून पायउतार होईन, अशी त्यांना धमकी दिली आणि नेहमीप्रमाणे त्याच्या दडपशाहीला घाबरून संचालक मंडळाने दु:शासनाला नेमण्यासाठी होकार दिला.

तसा दु:शासन अकार्यक्षम नसल्याने संचालक मंडळाला त्याला नेमल्याबद्दल पश्चात्ताप करण्याची वेळ कधीच आली नाही. आपल्या मोठ्या बंधूंच्या मार्गदर्शनाखाली त्याने कंपनीचं रोजचं काम अगदी सहजगत्या सुरू ठेवलं होतं. त्याचा मूळ स्वभाव उद्धट आणि अहंकारी

असल्याने, आपल्या थोरल्या बंधूंचा आदर्श डोळ्यांसमोर ठेवून तो जसा संचालक मंडळासोबत व्यवहार करत असे अगदी तसाच व्यवहार दु:शासन आपल्या हाताखालच्या कर्मचाऱ्यांबरोबर करत असे.

आता 'ते' कोणत्याही क्षणी उपस्थित होतील, दु:शासनाने माहिती पुरवली. 'ते' म्हणजे संचालक मंडळ! पांडवांना निमंत्रण दिल्याशिवाय ते काही बोर्ड मीटिंगला उपस्थित राहू शकले नसते. संचालक मंडळाच्या मीटिंगला बाहेरच्या व्यक्तींनी उपस्थित राहायला परवानगीच नव्हती. तसं संचालक मंडळाने 'या मीटिंगकरिता पांडवांना बोलवायला हवं' असं सुचवूनही पाहिलं होतं, पण दुर्योधनाने ती संकल्पना अगदीच खोडून काढली.

"हे पाहा, सर्वसामान्य माणसं बोर्ड मीटिंगला उपस्थित राहू शकत नाहीत आणि या कंपनीच्या मीटिंगला तर नाहीच नाही. आपल्या कोणत्याच संभाषणात त्यांनी सहभागी व्हावं हे मला अजिबात मान्य नाही. खरंतर त्यांनी या आवारात पाऊल टाकलेलंदेखील मला खपणार नाही." दुर्योधनाने अतीव रागाने त्यांचा हा प्रस्ताव फेटाळून लावला.

या प्रकरणाचा एकदाचा शेवट करणं आवश्यक होतं. पांडवांना माहीत होतं की समोरासमोर ही समस्या सुटणारी नाही. त्यामुळे त्यांनी कृष्णाला मध्यस्थ म्हणून नियुक्त केलं. सुप्रसिद्ध सल्लागार कंपनी चालवणाऱ्या कृष्णावर त्यांचा पूर्ण विश्वास होता आणि गेल्या अनेक वर्षांच्या संपर्कामुळे त्यांच्यात नात्याचा एक बंधही निर्माण झाला होता. कृष्णाने संचालक मंडळातल्या सर्वांत ज्येष्ठ व्यक्तीबरोबर संपर्क साधून पांडवांच्या प्रस्तावाबद्दल बोलणी केली. या व्यक्तीला कृष्णाने खूप चतुराईने निवडलं होतं, कारण त्याला माहीत होतं की या व्यक्तीचा सल्ला दुर्योधनदेखील धुडकावू शकणार नाही. ती व्यक्ती म्हणजे पितामह भीष्म. ते केवळ त्या संचालक मंडळातले ज्येष्ठ सदस्यच नव्हते, तर परिवारातले ज्येष्ठ सदस्य होते. कंपनीला आता असलेला सर्वोच्च दर्जा मिळवून देण्यामध्ये त्यांचा अतिशय मोलाचा वाटा होता हे सर्वांनाच माहीत होतं. कंपनीच्या अफाट व्यवसायाच्या भाग भांडवलाला एकाच कंपनीमध्ये परिवर्तित करून त्याची सूची बनवण्याला केवळ तेच कारणीभूत होते. शिस्तप्रिय भीष्मांनी अविवाहित राहून 'हस्तिनापूर एन्टरप्रायझेस'साठी आपलं आयुष्य वेचलं होतं.

हे चुलतबंधू एकमेकांशी व्यवसायाच्या संदर्भात एकमेकांना पाण्यात

पाहत असतानाच्या काळातदेखील भीष्मांनी 'हस्तिनापूर एन्टरप्रायझेस' डीमर्ज होताना पांडवांबद्दल विचार करून हे सर्व प्रकरण खूपच काळजीपूर्वक हाताळलं होतं. त्यांनी प्रथम कंपनीच्या हिताचा विचार केला होता. शेअर होल्डर्सच्या भागभांडवलांना यामुळे अतिशय कमी प्रमाणात धक्का बसला होता आणि त्यात फार बदलही झाला नव्हता.

पितामह भीष्मांनी व्यवस्थितपणे हाताळलेल्या डीमर्जनंतर, पांडवांनी आपल्या हाती आलेल्या पण नुकसानीत गेलेल्या या 'इंद्रप्रस्थ कंपनी'चा कौशल्याने चांगलाच कायापालट केला होता. गेल्या अनेक वर्षांतील हा एकमेव असा काळ होता ज्यामध्ये व्यावसायिक परिणामाचा किंवा व्यवसायाला सांभाळणारी मंडळी कोण आहेत, त्याचा परिणाम शेअर मार्केटवर झालेला नव्हता. त्या 'पोकर'च्या भयानक खेळानंतर जेव्हा दुर्योधनाने पांडवांच्या 'इंद्रप्रस्थ कंपनी'चा ताबा घेतला, त्या वेळेस अल्पावधीतच 'हस्तिनापूर एन्टरप्रायझेस'च्या शेअरची किंमत चांगलीच वधारली. त्याला कारण होतं 'इंद्रप्रस्थ कंपनी'चा पांडवांनी केलेला उत्कर्ष.

आपली चाल खेळण्यात 'कृष्ण' नेहमीच वाकबगार होता. त्याने भीष्मांना हेतुपुरस्सर निवडलं होतं. हे व्यावसायिक महामंडळ एकत्रित बांधून ठेवणं किती अवघड आहे, हे आता महामंडळ चालवत असल्याने दुर्योधन चांगलेच जाणून होता. त्यामुळे पितामह भीष्मांना दुर्योधन अतिशय आदराने वागवायचा. तो आदर केवळ त्यांच्या वयामुळे किंवा कॉर्पोरेट जगतातल्या त्यांच्या अनुभवामुळे नसून ज्या पद्धतीने त्यांनी कंपनीला एकहाती वर आणलं होतं त्यामुळे होता.

पितामह भीष्मांना सगळी नातवंडे तितकीच प्रिय असल्याने त्यांच्याबद्दल रोष बाळगण्यात काहीच अर्थ नव्हता. खरंतर अर्जुनावर त्यांचा विशेष जीव होता, पण तरीही ते कायम नि:पक्षपाती राहिले. सर्वच नातवंडांसाठी त्यांनी अतिशय प्रेमाने विविध भेटवस्तू दिल्या होत्या. 'हस्तिनापूर एन्टरप्रायझेस'च्या दीडशेव्या वर्धापन दिनानिमित्त त्यांनी दुर्योधनाला 'फेरारी' भेट दिली होती आणि त्याच वेळेस योगायोगाने दुर्योधनाचा चाळिसावा वाढदिवस होता.

भीष्मांच्या आणि दुर्योधनाच्या मतात जरी अंतर होतं आणि दुर्योधनाचं वागणं जरी विचित्र होतं तरी रविवारी ब्रंचला 'कंट्री क्लब'मध्ये अधूनमधून दुर्योधनाबरोबर विविध विषयांवर होणाऱ्या गरमागरम चर्चा त्यांना आवडत असत. अशा वेळेस ना त्यांचे संचालक मंडळ, ना दुर्योधनाचा

कोणी भाऊ, केवळ ते दोघंच तिथे असत.

असंच एका रविवारी भेटलेले असताना दुर्योधनापाशी भीष्मांनी विषय काढला, ''वत्सा, पांडवांच्या हक्कांबाबत संचालक मंडळाशी बोलण्यासंदर्भात मला कृष्णाकडून एक प्रस्ताव आला आहे, आणि मला वाटतं की या प्रस्तावाबद्दल आपण विचार करायला हवा. कृष्ण आपल्याला वेळोवेळी संतुलित दृष्टिकोन ठेवून सल्ला देतो, तेव्हा त्याचं ऐकायला काही हरकत नाही.''

एरवी कोणी असा विषय काढला असता तर दुर्योधन रागाने लाल झाला असता. पण इथे हा प्रस्ताव स्वत: पितामह भीष्मांनी मांडला होता. त्याच वेळेला दुर्योधनाने कडक 'ब्लडी मेरी' रिचवली होती आणि त्याबरोबर कोकराचं अतिशय चविष्ट आणि रुचकर मांस खायला मिळाल्याने त्याचं मन अगदी प्रसन्न होतं. सुदैवाने त्याची पत्नी आजूबाजूला नव्हती, नाहीतर तिने केलेल्या कोणत्याही मागणीला, अगदी महागड्या दागिन्याला किंवा डिझायनर ड्रेसेसना देखील त्याने लगेच होकार दिला असता.

अजून एक महत्त्वाची गोष्ट अशी होती की यामध्ये 'कृष्णा'चा सहभाग होता. जरी दुर्योधन गर्विष्ठ असला तरी त्याला कृष्णाबद्दल मनापासून खूपच आदर होता. जवळजवळ अर्धशतक 'कृष्ण' आपली कन्सल्टन्सी फर्म यशस्वी रीतीने चालवत होता. गेली अनेक वर्षं त्याने मोठमोठी कॉर्पोरेट डील्स अगदी सहजतेने आणि उत्तम पद्धतीने हाताळली होती. अनेक कॉर्पोरेट पंडितांच्या दृष्टीने कृष्णाने 'मथुरा कॉर्पोरेशन'च्या कंसावर मिळवलेला विजय हे त्याचं सर्वांत मोठं यश होतं. 'मथुरा कॉर्पोरेशन'च्या पुनर्निर्माणासाठी कंसाने स्वत:च्या वडिलांकडे म्हणजेच उग्रसेनाकडे सूत्रे सोपवावी याकरिता कंसाचं मन वळवणं ही सर्वांत अवघड आणि अशक्य गोष्ट कृष्णाने साध्य करून दाखवली. यामुळे कृष्णाच्या कन्सलटन्सी फर्मच्या विस्ताराला फार मोठा फायदा झाला आणि अर्थातच त्याचं नाव सर्वत्र झालं.

गुराख्यांना त्रास देणाऱ्या 'यमुना कॉर्पोरेशन'चा मॅनेजिंग डायरेक्टर, 'कालिया नाग' याचं मतपरिवर्तन करण्यातही कृष्णाला यश मिळालं आणि 'कालिया नाग' याने तर 'व्यावसायिक सामाजिक जबाबदारी' जाणून गुराख्यांची एक को-ऑपरेटिव्ह सोसायटी काढून त्यातून मिळणारा नफादेखील गुराख्यांमध्येच वाटला जाईल अशी व्यवस्था केली. यामुळे कृष्णाला मथुरेच्या

महापौरपदासाठी उभे राहण्याचा सर्वांनीच अतिशय आग्रह केला. परंतु अशा गोष्टींच्या मोहात कृष्ण कधीच पडला नाही. त्याने नम्रपणे यातून बाजूला होऊन आपलं पुढचं काम सुरू ठेवलं. 'गोवर्धन लिमिटेड'चे चेअरमन 'इंद्र' यांनी जेव्हा स्वत:ची कॉस्मेटिक फॅक्टरी सुरू करण्यासाठी सुपीक कुरण असलेली जमीन उजाड बनवायला सुरुवात केली तेव्हा कृष्णाने तिथे उंच पर्वत साकारून 'गोवर्धन कंपनी'चा भविष्यकाळ चुटकीसरशी अगदी हाताच्या बोटावर सावरला. नंतर सामाजिक जबाबदारीची जाणीव झालेल्या इंद्रानेही शेतकऱ्यांबरोबर करार करून किफायतशीर कोरफडीची शेती करण्यासाठी एक को-ऑपरेटिव्ह सोसायटी सुरू केली. अशा सर्व घटनांमुळे कृष्ण आता व्यावसायिक-सामाजिक जबाबदारी संदर्भातला एक मुरलेला सल्लागार म्हणून ओळखला जाऊ लागला.

या कॉर्पोरेट गोष्टी तर होत्याच, पण कृष्णाचं व्यक्तिमत्त्व कोणालाही भुरळ पाडणारं होतं... अगदी दुर्योधनालाही त्याचं व्यक्तिमत्त्व आवडायचं. कृष्ण नेहमीच आनंदी आणि उत्साही असायचा. खरंतर त्याच्यावर असणाऱ्या कॉर्पोरेट क्षेत्रातल्या जबाबदाऱ्या इतक्या तणावपूर्ण आणि अवघड होत्या की कोणीही चिंतेने ग्रासून जावं. पण कृष्ण मात्र अगदी लीलया या गोष्टी हाताळत असे. अतिशय मृदुभाषी असलेला कृष्ण हा स्त्रियांमध्ये विशेष लोकप्रिय होता. म्हणे त्याचं लग्न जरी झालं होतं तरीही त्याला कित्येक गर्लफ्रेंड्स होत्या. भल्याभल्यांना जे जमणार नाही ते त्याला जमलं होतं. सर्वांनाच आश्चर्य वाटायचं की कोणत्याही वादविवादाशिवाय या सगळ्या स्त्रियांना हा एकटा कसा काय उत्तम पद्धतीने हाताळू शकतो. कृष्णाच्या संपर्कात येणाऱ्या सर्वच स्त्रियांचं त्याच्यावर निरतिशय प्रेम होतं. तो जागतिक कीर्तीचा बासरीवादक होता आणि त्याचं 'एकल बासरीवादन' नियमितपणे सादर होत असे. अनेकदा तो 'नॅशनल थिएटर'मध्ये इतरांबरोबर परफॉर्मन्सदेखील देत असे.

कृष्णाला काय म्हणायचं आहे ते ऐकण्यासाठी संचालक मंडळाची मीटिंग घेण्याचं दुर्योधनाने मान्य केलं. या मीटिंगमधून बाकी जरी काही साध्य झालं नाही तरी कॉर्पोरेट जगतात सध्या काय चाललंय, हे मात्र त्याला नक्कीच समजणार होतं. एक उत्कृष्ट सल्लागार म्हणून कृष्णाला सर्व गोष्टी अगदी अचूक माहीत असतात, नव्हे तेच त्याचं काम आहे हे दुर्योधन पक्कं जाणून होता.

दोन

एकेक करत बोर्ड मेंबर्स यायला सुरुवात झाली. दुर्योधन सकाळी जेव्हा हस्तिनापूर टॉवरमध्ये पोहोचला तेव्हा कर्ण मीटिंगपूर्वी जवळजवळ तासभर आधीच तिथं येऊन पोहोचला होता. तो एका छोट्या कॉन्फरन्स रूममध्ये बसला होता. अर्थात, दुर्योधनाला याचं अजिबात आश्चर्य वाटलं नाही. कर्ण नेहमी दुर्योधनासाठी काहीही करायला सदैव तत्पर असायचा. कर्णाची ही बांधिलकी हा त्याच्या स्वभावाचा विशेष होता. दुर्योधन हे त्याचं सर्वस्व होतं. कर्णाला वाटायचं की तो दुर्योधनाचं देणं लागतो. खरंतर दुर्योधनाने त्याला चोवीस तास कामाला जुंपून घे असं कधीही सांगितलं नव्हतं. उलट, कधीकधी दुर्योधनाला 'हा कर्ण उगाच इतकं काम करतो' असंच वाटायचं. खरंतर त्याने दुर्योधनासाठी खूप काही केलं होतं. 'हस्तिनापूर एन्टरप्रायझेस'मधल्या काही बंद पडलेल्या कंपन्यांपैकी एक अशा 'अंग प्रायव्हेट लिमिटेड' या कंपनीला पुनरुज्जीवन देण्याचं मोठं कार्य कर्णाने केलं होतं.

त्याच्या या कर्तबगारीमुळे खूश होऊन दुर्योधनाने कर्णाला 'हस्तिनापूर एन्टरप्रायझेस'मध्ये स्वतंत्र डायरेक्टरशिप देण्याचा प्रस्ताव बोर्डासमोर मांडला होता. अर्थातच तो तेवढ्याच जोराने बोर्डाकडून फेटाळलाही गेला. कर्ण हा केवळ ग्रॅज्युएट होता. तो 'एमबीए' डिग्री होल्डर नसल्याने इतकी मोठी जबाबदारी त्याच्यावर सोपवायला बोर्ड मेंबरचा कडाडून विरोध होता. कर्णाचं पोस्ट ग्रॅज्युएट नसणं त्यांना दिसलं, पण हे क्वालिफिकेशन नसतानाही चाणाक्ष कर्णाने स्वत:च्या मेहनतीच्या

जोरावर ‘अंग प्रायव्हेट लिमिटेड’ या कंपनीला वर आणलं हे त्यांना दिसलं नाही, हे थोडे असंबद्ध वाटत नाही? मग दुर्योधनाने पुन्हा एकदा आपला हुकमी एक्का वापरला. कर्णाला ‘हस्तिनापूर एन्टरप्रायझेस’मध्ये स्वतंत्र डायरेक्टरशिप दिली गेली नाही, तर पुढच्या बोर्ड मीटिंगला मी नसेन ही त्याची धमकी काम करून गेली. आणि बोर्डाला आपला निर्णय बदलणं भाग पडलं.

दुर्योधन सकाळी ऑफिसमध्ये पोहोचला तेव्हा रिसेप्शनिस्टने त्याला कर्ण ‘हल्दिघाटी कॉन्फरन्स रूम’मध्ये अगोदरच येऊन बसल्याची माहिती पुरवली.

दुर्योधनाला पाहिल्यावर कर्णाने उभे राहत शेक हॅन्ड करण्यासाठी आपला हात पुढे केला. दुर्योधनाने त्याचा हात धरून त्याला जवळ ओढून आपल्या मिठीमध्ये सामावून घेतलं. दुर्योधन जेव्हा अशी गळाभेट घेई तेव्हा कर्णाला फार संकोचल्यासारखं व्हायचं. दुर्योधन मात्र आपलं त्याच्याविषयीचं प्रेम नेहमी असंच व्यक्त करायचा.

तरी नशीब आज त्याने ही गळाभेट सर्व बोर्ड मेंबर्सच्या समोर न घेता खासगीतच घेतली. कर्णाला दुर्योधनाच्या जवळची व्यक्ती म्हणून हे स्थान मिळालं आहे अशी लोकांमध्ये आधीच वदंता होती. या अफवेपासून स्वत:ला बाजूला करून आपली उत्तम प्रतिमा तयार करण्यासाठी कर्णाला खूप कष्ट पडले होते. दुर्योधनाने त्याला एक संधी नक्कीच दिली होती. परंतु या संधीचे सोने करत कर्णाने देखील ‘अंग प्रायव्हेट लिमिटेड’ या कंपनीला स्वत:च्या जोरावर वर आणले होते.

“चला, ज्येष्ठांचे आगमन होण्यापूर्वी ‘स्टारबक्स’ला एक कडक कॉफी घेऊन येऊ.” दुर्योधनाने कर्णाला ऑफर दिली.

“नको मित्रा, हे काम पूर्ण करणं अगदी आवश्यक आहे रे. आजची मीटिंग लांबणार असं वाटतंय. तसं झालं तर माझ्या महत्त्वाच्या कामांसाठी मला अजिबात वेळ मिळणार नाही.”

खरंतर बोर्डरूममध्ये जाण्यापूर्वी दुर्योधनाला कॉफी पिण्याची जबरदस्त तल्लफ आली होती. कर्णाने ‘नाही’ म्हटल्यावर दुर्योधनाला रागच आला. त्याच्या मनात आलं ‘कधीकधी हा कर्ण माझ्या सगळ्या आनंदावर विरजण टाकतो! काही कामे हा इतरांवर का सोपवत नाही? अर्थात, त्याचंही बरोबर आहे म्हणा! त्याला कुठे माझ्यासारखे धाकटे

बंधू आहेत तसं करायला?'

"ठीक आहे मित्रा, तू बस सगळ्या जगाची काळजी करत. मीटिंगला भेटूच." असं म्हणत कृतककोपाने दुर्योधन बाहेर निघून गेला.

कर्णाने दीर्घ सुस्कारा सोडत आपल्या ई-मेल्स चेक करायला सुरुवात केली. त्याचा आतला आवाज सांगत होता की जरी पांडव या मीटिंगला येणार नसले तरीही ही मीटिंग अगदीच ताणतणावाची होणार होती. त्याला आशा होती की कृष्ण आपल्या चतुराईने आणि शिष्टाईने मोहिनी घालत सर्वांना पटेल आणि रुचेल असाच निष्कर्ष काढण्यात यशस्वी होईल.

अर्थातच कोणत्याही परिस्थितीत कर्ण आपल्या मित्राच्या बाजूनेच उभा राहिला असता, पण तरीही तो हेही जाणून होता की जे होऊ नये असं वाटतं ते काहीही आणि कधीही घडू शकतं. 'हस्तिनापूर एन्टरप्रायझेस'वर पडलेल्या कोणत्याही वाईट प्रभावाचे सावटदेखील 'अंग प्रायव्हेट लिमिटेड'या कंपनीवर पडलं असतंच. 'अंग प्रायव्हेट लिमिटेड' या कंपनीला उभे करण्यासाठी त्याने रक्ताचं पाणी केलं होतं आणि आता ही कंपनी त्या महानगरातील शेअर बाजारामध्ये महत्त्वाचं स्थान घेऊ पाहत होती. 'हस्तिनापूर एन्टरप्रायझेस'वर आलेलं कोणतंही संकट 'अंग प्रायव्हेट लिमिटेड' या कंपनीच्या मूल्यांकनात घट घडवून आणू शकत होतं.

कर्ण 'प्लासी' नावाच्या कॉन्फरन्स रूममध्ये अगदी ठरलेल्या वेळेत पोहोचला. तिथेच मीटिंग होणार होती आणि पितामह भीष्म त्याच्याही अगोदर तिथे पोहोचले होते. पितामहांना नमस्कार करण्यासाठी कर्ण त्यांच्याकडे वळला.

"सुप्रभात पितामह! कसे आहात?"

उत्तरादाखल कर्णाने हॅन्ड शेक करण्यासाठी पुढे केलेल्या हातात पितामह भीष्मांनी आपला हात दिला. त्यांच्या हाताची पकड अगदी घट्ट आणि आत्मविश्वासपूर्ण होती. वृद्धापकाळाने त्यांच्या पोलादी शरीरावर आणि कणखर मनावर अजिबात परिणाम होऊ दिला नव्हता. त्यांच्या डोळ्यांतील तेज तरुणपणाइतकेच प्रखर होते आणि त्यांची मानसिकता तेवढीच प्रबळ होती. पितामहांनी आपल्याला उत्तर न दिल्याचं कर्णाला अजिबात वाईट वाटलं नाही. त्यांचं कर्णाप्रति असं वर्तन आता त्याला

चांगलंच परिचयाचं झालं होतं. निदान गुरू द्रोणाचार्यांसारखे ते कर्णाकडे दुर्लक्ष तरी करत नसत.

तरीही गुरू द्रोणाचार्यांचं कॉन्फरन्स रूममध्ये आगमन झाल्यावर कर्णाने त्यांना उठून "सुप्रभात गुरुदेव" असं म्हटलंच. पूर्वीच्या नकारात्मक अनुभवावरून आता तो त्यांच्यापुढे शेक हॅन्डसाठी मात्र हात पुढे करत नसे. गुरुदेवांनी त्याच्याकडे पाहून न पाहिल्यासारखे करत, पितामह भीष्मांकडे आपला मोर्चा वळवला. अशा वागणुकीमुळे कर्णाला अनेकदा आपल्या डायरेक्टर पदाचा राजीनामा द्यावासा वाटे, पण त्याला माहीत होतं की दुर्योधन त्याला असं अजिबात करू देणार नाही. बोर्ड मेंबर्सना चॅलेंज करण्यासाठी दुर्योधनाला अतिशय सशक्त अशा पाठिंब्याची कायमच गरज होती आणि त्याला हे माहीत होतं की कर्ण कधीच त्याच्या विरोधात मत व्यक्त करणार नाही.

थोड्याच वेळात कंपनीचे 'सीएफओ' असलेले विदुर आणि दुर्योधनाचे शकुनीमामा देखील तिथे उपस्थित झाले. खरंतर शकुनीमामा हे कौरव-पांडवांपैकी नव्हते, तरीही केवळ ते अनेक वर्षं याच कुटुंबाचा एक घटक म्हणून राहत असल्याने त्यांनाही बोर्ड कमिटीमध्ये घेण्यात आलं होतं. 'गांधारी'चं धृतराष्ट्राबरोबर लग्न झाल्यानंतर 'शकुनी' देखील काही काळाने स्वत:चा गांधार देश सोडून त्यांच्याबरोबर कायमचाच येऊन राहिला.

पांडवांविरुद्ध 'पोकर' गेममध्ये जिंकण्याला शकुनीमामाच कारणीभूत होता. सभासदांमध्ये मतभेद निर्माण करणं, एकमेकांविरोधात चिथावणी देणं अशी कारस्थाने करण्यासाठी म्हणून गोड गोड बोलून मेंबर म्हणून शकुनीमामाने संचालक मंडळामध्ये जागा पटकावली होती, अशी वदंता सगळीकडे पसरली होती. 'कुरुवंशाने दृष्टिहीन पुत्राचं आपल्या बहिणीशी लग्न लावून देऊन तिचं आयुष्य प्रभावहीन केलंय' असा शकुनीमामा कुरू राज्यावर नेहमीच दोषारोप करत असे. त्यामुळेच गांधारीने देखील आपल्या पुत्रांच्या मूर्खपणाच्या कृत्यांकडे, दोषांकडे आणि कमतरतांकडे नेहमीच काणाडोळा केला असं त्याचं म्हणणं होतं.

चेअरमन 'धृतराष्ट्र' या मीटिंगला उपस्थित राहणार नाहीत हे कर्ण जाणून होता. त्यामुळे आता केवळ एकच डायरेक्टर येण्याचा बाकी होता आणि तो म्हणजे अश्वत्थामा. गुरुदेवांचा पुत्र असल्याने त्यालाही

डायरेक्टर पद प्राप्त झालं होतं. शिवाय, दुर्योधनाच्या क्रिकेट टीमचा तो मॅनेजर होता आणि तो त्या टीमकडून खेळतही असे. आता ही टीम कंपनीसाठी एक फायदेशीर मताधिकाराची टीम झाली होती. अश्वत्थामा या टीममधला उत्तम बॅट्समन होता. एवढंच नाही, तर गरज असेल तेव्हा तो अधूनमधून फिरकी गोलंदाजाचं कामदेखील उत्तम करत असे.

'अश्वत्थामा' आणि 'कृष्ण' अगदी सोबतच एकत्र आले. लॉबीमध्येच त्यांची एकत्र भेट झाली होती. एकमेकांना नमस्कार वगैरे झाल्यानंतर सर्व जण स्थिरस्थावर झाले आणि पुढ्यात आलेल्या प्रश्नाचं उत्तर शोधायला सज्ज झाले. कृष्णाने पांडवांचं प्रपोजल बोर्डापुढे मांडलं.

''प्रिय दुर्योधना, तुला माहीतच आहे की मी इथे पांडवांचा प्रतिनिधी म्हणून उपस्थित झालो आहे. त्यांनी त्यांचा जो वारसाहक्क गमावला होता तो आता त्यांना परत हवा आहे. इतकी वर्षं ही कंपनी चालवणाऱ्या धृतराष्ट्र यांना हे माहीत होतंच की ही कंपनी त्यांच्या बंधूच्या म्हणजेच पांडूच्या वारसांची आहे. मला वाटतं की आता पांडवांना त्यांचे हक्क परत देण्याची वेळ आलेली आहे. मागं खूप काही घडलंय, तरीसुद्धा ही कंपनी टेक ओव्हर केल्यानंतर पांडव तुझ्यासह सर्व बोर्ड मेंबर्सना स्वीकारतील असं त्यांनी सांगितलं आहे.''

दुर्योधनाने यावर काहीच प्रतिक्रिया दिली नाही. तो मनातून संतापाने नुसता धुसफुसत असला, तरीही वरवर मात्र त्याने आपला चेहरा अगदी निर्विकार ठेवला होता. भीष्मांनी आता सर्व बोर्ड मेंबर्स बरोबर संवाद साधला.

''प्रिय कृष्णा, तू जे बोलतो आहेस ते योग्यच आहे. पुत्र दुर्योधन, कृष्ण जे सांगतो आहे ते ऐक. तो एक अतिशय धोरणी आणि मुत्सद्दी अशी व्यक्ती आहे आणि त्याला सर्व गोष्टी माहीत असतात.''

ते पुढे म्हणाले, ''आपला हक्क मागणाऱ्या पांडवांशी कोणतेही प्रदीर्घ चालणारे कायदेशीर युद्ध खेळायला कोणालाच रुचणार नाही. मला अशा लढायांचा चांगलाच अनुभव आहे. कायदेशीर प्रणालीने जाऊ म्हटलं, तर त्याला पर्व घालवावं लागेल आणि अर्थातच त्यात 'हस्तिनापूर साम्राज्या'चा पाया खिळखिळा होईल. या कंपनीच्या उत्कर्षाकरता आणि संरक्षणाकरता अनेकांनी आपले प्राणही पणाला लावले आहेत. शिवाय, अशा किरकोळ गोष्टींकरता कायदेशीर मार्गाचा अवलंब करायचा

म्हणजे चिखलात धोंडा टाकून मीडियाचं गॉसिप आपल्यावर ओढवून घेण्यासारखंच आहे.''

इतकं सगळं ऐकूनही निर्विकार दुर्योधनाने तोंडातून एक अवाक्षरही काढलं नाही.

''पांडवांनी मला आश्वासन दिलं आहे की मनाने मोठे असलेल्या धृतराष्ट्र काकांबद्दलचा आदर म्हणून, पांडव या कंपनीत सहभागी झाल्यावरसुद्धा धृतराष्ट्रंच या कंपनीचे चेअरमन राहतील. तुला आणि दुःशासनाला सीनिअर मॅनेजमेंट दर्जाचं पद दिलं जाईल. दुःशासनाला बहुधा आहे त्याच पदावर कायम केलं जाईल. आणि पांडवांच्या म्हणण्याप्रमाणे तू बिझनेस डेव्हलपमेन्टचा प्रमुख या नात्याने हे काम पाहशील.'' कृष्णाने पांडवांचं प्रपोजल समोर ठेवलं.

इतकं ऐकूनही दुर्योधन काहीच बोलत नाही, असं पाहून शेवटी भीष्म न राहवून बोलायला उठले. जेवढे ते प्रेमळ होते तितकेच ते कडवटही होते.

''दुर्योधना काहीतरी बोल. तुझा दुराग्रह बाजूला ठेव. तुझ्या पिताश्रींच्या कालावधीमध्ये या बोर्ड मेंबर्सनी अगदी मनापासून त्यांना साथ दिली आणि कंपनीला ऊर्जितावस्था आणली. परंतु तेही आता पुत्रप्रेमाने आणि स्वतःच्या महत्त्वाकांक्षेने अंध झाले आहेत. जेव्हा तुझे काका या साम्राज्याचे धनी होते तेव्हा ही गोष्ट लक्षात नाही आली.'' भीष्मांनी आपलं बोलणं अतिशय जलद गतीने मांडताना दुर्योधनाला जणू शिक्षाच सुनावली.

''गंगापुत्र, शांत व्हा.'' गुरू द्रोणांनी मध्येच त्यांना थांबवलं. ''मला माहीत आहे की तुम्ही अगदी फिट आहात, परंतु आता वयोमानानुसार आपण असं चिडून आपलंच ब्लड प्रेशर वाढवणं बरं नाही.''

आता दुर्योधनाकडे वळून ते बोलायला लागले. ''पांडूला वारसाहक्काने जे मिळालं ते सर्व योग्यच होतं. आता आपण ज्या आधुनिक युगात वास्तव्य करतोय त्या युगाबद्दल तुझ्या पिताश्रींना त्या काळात फारसं काही समजत नव्हतं. त्याने तर अंधपणेच सर्व व्यावसायिक गोष्टी केल्या. त्याला सध्याच्या आधुनिक जगात कंपनीचा व्यवसाय कसा वाढवायचा याच्याबद्दल फारच अपुरं ज्ञान होतं. त्याचे विचार अगदी पुराणमतवादी आणि केवळ औद्योगिक व्यवहारापुरते मर्यादित होते.

त्याच्या नेतृत्वाखाली या कंपनीने फारतर डिटर्जंट पावडर, टूथपेस्टसारखे प्रॉडक्ट्स बनवले असते आणि असे प्रॉडक्ट्स तयार करत राहून कंपनीला एकसुरी बनवलं असतं.''

गुरू द्रोणाचार्यांच्या म्हणण्याला दुजोरा देत विदुरदेखील संभाषणात सहभागी झाला. ''कंपनीचा फायदा जाणून सॉफ्टवेअर डेव्हलपमेन्ट आणि बायोटेक्नॉलॉजी मध्ये विस्तार करणारा भ्राता पांडू, हा खरोखर द्रष्टा माणूस होता. त्याच्या कारकिर्दीमध्ये त्याने असंख्य गुंतवणूकदारांना प्रिय होतील असे निर्णय घेत शेअर बाजारातील भागभांडवल तिप्पट वाढवलं. अशा वेळेस गुंतवणूकदारांना आकर्षित करणं मला तर फारच सोपं गेलं.''

दुर्योधनाला आपल्या कुटुंबाने कंपनीच्या वृद्धीसाठी काहीच न केल्याचा आरोप अजिबात आवडला नाही. त्याच्या मनात खळबळ माजली. रागाने आणि त्वेषाने तो उद्गारला, ''म्हणजे तुम्हाला असं म्हणायचं आहे की माझ्या पिताश्रींचं या कंपनीमध्ये काहीच योगदान नाही? इतकी वर्षं मग या कंपनीचे चेअरमन कोण होतं? कंपनीचं कामकाज कसं चाललं आहे याची त्यांना काहीच कल्पना नव्हती, असं म्हणायचं आहे की काय तुम्हाला? ते काय नुसते थंडपणे बघत बसणारे व्यक्ती होते?'' दुर्योधनाच्या शब्दांतून अंगार उसळत होता.

भीष्मांनी अगदी अलिप्तपणे उत्तर दिलं, ''वत्सा, तुझ्या पिताश्रींचा या कंपनीतला सहभाग किती आहे हे आजच्या त्यांच्या अनुपस्थितीवरून सहज लक्षात येतं आहे.''

''हे पाहा मला त्याची पर्वा नाही. माझं कुटुंब या कंपनीमध्ये इन्चार्ज आहे. इतकी वर्षं ही कंपनी चालवण्यासाठी जिवाचं रान करतं आहे. विदुर काकाश्री, आपण शेअर बाजारातील भागभांडवलाबद्दल बोलताय ना? माझ्या कारकिर्दीमध्ये या कंपनीचं बाजारातलं भरपूर भागभांडवल मिळालं आहे.''

विदुरांनाही मग बोलल्याशिवाय राहावलं नाही. ''वत्सा, तू जवळच्या काळाचा विचार करतो आहेस. यात दूरदृष्टी नाही. शेअर बाजारातलं आताचं दिसणारं भागभांडवल हे मृगजळासारखे आहे पोरा. कोणताही चाणाक्ष बिझनेसमन हे नक्कीच ओळखेल. जरा कुठे राजकारण गडबडू दे किंवा अर्थव्यवस्था कोलमडू दे, हे तुझे सगळे इन्व्हेस्टर्स आहेत ना

ते आपलं कोट्यवधी रुपयांचं भांडवल लगेच काढून घेतील आणि कंपनीचं शेअर बाजारातील भागभांडवल एका रात्रीत निम्मं होईल की नाही ते पाहा! अरे ही केवळ कागदी संपत्ती आहे. खरा विस्तार नाही.''

''म्हणजे मी काही केलं तरी त्याचं कौतुक करायचंच नाही, असं तुम्ही बोर्ड मेंबर्सनी ठरवलं आहे का? आणि कशावरून पांडव या सर्व गोष्टी उत्तम पद्धतीने करू शकतील?'' दुर्योधन रागाने नुसता फूत्कारत होता.

''पांडवांनी आपल्या कुशाग्र बुद्धीची चुणूक इंद्रप्रस्थ कंपनीमध्ये दाखवून दिली आहे वत्सा. डीमर्जरच्या वेळेस तू आणि तुझ्या पिताश्रींनी तोट्यात जाणारी कंपनी पांडवांच्या हाती सोपवली होती. आता तूच पाहा, त्यांनी टेलिकम्युनिकेशन आणि विमान वाहतूक हे दोन्ही व्यवसाय किती जोमाने फैलावले आहेत ते. तुम्ही जेव्हा इंद्रप्रस्थ ताब्यात घेतली तेव्हा ती '४ जी'ची लाट पेलवण्यास समर्थ कंपनी होती आणि शिवाय, विमान व्यवसायाबद्दल तर काय सांगावं! भारतातल्या गेल्या पाच वर्षांतली सर्वांत वक्तशीर विमान कंपनी म्हणून ती नावारूपाला आलेली सर्वांत मताधिक्याची कंपनी होती. हे सगळे तू विसरलास मित्रा.'' कृष्णाने आपले ठेवणीतले अस्त्र हळूहळू बाहेर काढायला सुरुवात केलेली होती.

दुर्योधन उसासा सोडत म्हणाला, ''मधुसूदना, मला तुझे विचार नेहमीच आकर्षित करतात आणि म्हणूनच तुझ्याबद्दल माझ्या मनात स्नेह आहे. पण तू जेव्हा सरळसरळ उघडपणे पांडवांचा पक्ष घेतोस ना तेव्हा मात्र मला तुझा राग येतो.''

कृष्ण शांतपणे उद्गारला, ''मित्र दुर्योधन, शेवटी जे खरं आहे ना ते खरंच राहणार! ते कर्मासारखंच स्थिर आहे. तू त्याला आव्हान देऊ शकत नाहीस कधी.''

''खड्ड्यात गेलं तुझं ते खरेपण आणि कर्म वगैरे. हे बघ, मी पांडवाना काहीही देऊ शकत नाही. 'पोकर' गेममध्ये ते सर्वस्व हरून बसले आहेत. आता त्यांनी जसं आहे तसं जगायला शिकावं, हे उत्तम! अंगराज कर्ण, तुझं काय म्हणणं आहे यावर?''

दुर्योधनाने मित्राचा आधार मागितला.

इकडे आड तिकडे विहीर असं कर्णाला झालं होतं. दुर्योधन त्याचा

जिवलग मित्र होता आणि कृष्ण म्हणजे तर साक्षात ज्ञानाचा समुद्र! तरीही कर्ण दुर्योधनाच्या उपकाराखाली दबला गेला होता. दुर्योधनाला स्वतःच्या गर्वामुळे आणि अहंकारामुळे सर्वस्व गमावण्याची इच्छा झाली आहे, तर तसे! त्याही परिस्थितीमध्ये कर्ण त्याच्याच बाजूने उभा राहणार होता. जगाच्या अंतापर्यंत कर्ण दुर्योधनाची साथ सोडणार नव्हता कारण तेच त्याचं कर्म होतं!

"मित्र दुर्योधन बरोबर बोलतो आहे. पांडव आपले सर्वस्व द्यूतात हरले आहेत. त्यामुळे आता त्यांना कोणतेच अधिकार नाहीत."

"कर्णा, तू या कुटुंबाचा सदस्यही नाहीस आणि पांडवांशी तर तुझी तुलनाच होऊ शकत नाही. त्यामुळे तू आपले मत मांडून वाया घालवू नकोस. तुला यात पडण्याचा काही एक अधिकार नाही." पितामह भीष्म अतिशय कोरडेपणाने उद्गारले!

कॉन्फरन्स टेबलवर आपली मूठ जोरात आदळत चिडलेल्या दुर्योधनाने फूत्कार सोडला, "पितामह, माझ्या मित्राशी तुम्ही असे कसे बोलू शकता?" नशीब ते टेबल अतिशय उत्तम दर्जाच्या जाड काचेचं होतं, नाहीतर दुर्योधनासारख्या उत्तम दर्जाच्या बॅट्समनच्या सशक्त मुठींमुळे त्याचे तुकडे तुकडेच झाले असते. उगाच नाही तो ५ पौंडांच्या बॅटने पीचवर लीलया फटके मारत असे!

"तुम्ही सर्वांनी हे नीट लक्षात ठेवा, मी त्यांना एक कवडीदेखील देणार नाहीये. त्यांनी खुशाल त्यांची 'एनजीओ' चालवावी."

"दुर्योधना, कदाचित त्यांची 'इंद्रप्रस्थ कंपनी'च केवळ त्यांना हवी असेल. 'हस्तिनापूर एन्टरप्रायझेस'मधून 'इंद्रप्रस्थ कंपनी' जर वेगळी काढून त्यांना दिलीस, तर ते ती पूर्वीप्रमाणेच उत्तम पद्धतीने चालवू शकतील. बाकीचे संपूर्ण 'हस्तिनापूर एन्टरप्रायझेस' केवळ तुझेच राहील." आता कृष्णाने शिष्टाई करण्याचा प्रयत्न केला. याच कामासाठी तर तो इथे आला होता.

आता दुर्योधनाचा राग अनावर झाला होता. टेबलावर आपली बोटे वाजवत तो रागाने म्हणाला, "कृष्णा, 'इंद्रप्रस्थ कंपनी' हा आता 'हस्तिनापूर एन्टरप्रायझेस'चा अविभाज्य भाग झाला आहे, हे तुलादेखील माहीत आहे. तसाही तो पूर्वीपासून होताच म्हणा! आमच्या पूज्य पिताश्रींनी 'हस्तिनापूर एन्टरप्रायझेस'मधून 'इंद्रप्रस्थ कंपनी' पांडवाना

देऊ केली होती. त्यामुळे 'हस्तिनापूर एन्टरप्रायझेस'चा हिस्सा असलेल्या या कंपनीचा एक शेअरदेखील मी त्यांना मिळू देणार नाहीये.''

कृष्णाने मात्र आपली हार मानली नाही. त्याने पांडवांची वकिली करत आपलं बोलणं पुढं रेटलं, ''वत्सा, अरे तू काय बोलतो आहेस त्याचं जरा तरी भान ठेव. पितामह, गुरुदेव आपण काहीच का बोलत नाही?''

''मी काय बोलू माधवा? मी हरलो आहे. हा पुत्र स्वत:चा विनाश करून घ्यायची इच्छा करतो आहे, त्याला कोण काय करू शकणार आहे? कौरवांचे आणि त्याचेही ते भोगंच म्हणायचे! हे सर्व आमच्या समक्ष होतं आहे आणि आम्ही काहीच करू शकत नाही हे त्यांचेच काय, हे आमचेही नशिबाचे भोग आहेत.'' पितामह भीष्म अतिशय निराशेने पराभूत स्वरात उद्गारले.

खांदे पाडलेले, उदास चेहेऱ्याचे, तेज विझून गेलेल्या डोळ्यांचे पितामह अतिशय केविलवाणे दिसत होते. अजूनही ज्यांना प्रतिस्पर्धीदेखील मान देतात अशा त्यांच्यासारख्या 'हस्तिनापूर एन्टरप्रायझेस'च्या महत्त्वाकांक्षी, कालातीत, पोलादी पुरुषाला असं बोलताना पाहून कृष्ण मनापासून दु:खी झाला. त्याला अतिशय वाईट वाटलं.

त्याने पुन्हा एक शेवटचा प्रयत्न म्हणून आणखी एक ऑफर दुर्योधनासमोर ठेवली. ''दुर्योधना, डायरेक्टरशिप देण्याबद्दल तुझे काय म्हणणे आहे? पाचही भ्रात्यांना प्रत्येकी एकेक डायरेक्टरशिप द्यावी. अर्थात, ते 'हस्तिनापूर एन्टरप्रायझेस'च्या बोर्डवर नसले तरी चालेल, पण 'इंद्रप्रस्थ कंपनी'च्या बोर्डवर देऊ या! किंवा त्याचे पाच कंपन्यांमध्ये विभाजन केलं तरी चालेल.''

''छे! तू ते विसरच कृष्णा! त्या पांडवांना मी काडीइतकी व्होटिंग पॉवरसुद्धा देऊ इच्छित नाही. तू डायरेक्टरशिप बद्दल काय बोलतो आहेस?'' दुर्योधनाने गर्वाने आणि बेफिकिरीने कृष्णाच्या बोलण्याला सहज उडवून लावलं.

कृष्णाला हरण्याची सवय नव्हती. त्याचे कोणतेच व्यवहार अमान्य झाले नव्हते. आजपर्यंत त्याने दिलेल्या वेगवेगळ्या ऑप्शन्समधून एक तरी नक्कीच मान्य झाला होता. पण आजतर काही वेगळंच घडलं होतं. त्याला खचून गेल्यासारखं वाटू लागलं. त्याने दुर्योधनाने दिलेलं

जेवणाचं निमंत्रणही नाकारलं. असा नकार देणं जरा उद्धटपणाचं वाटेल हे त्याला माहीत होतं. पण त्याचा नाइलाज होता. आपली अशी हार झाल्यानंतर सुंदर जेवणाचा आस्वाद घ्यायला त्याचं मन तयार होईना. पुन्हा एकवार शेवटचा प्रयत्न करून पाहावा म्हणून तो धृतराष्ट्राला भेटायला गेला.

''माननीय चेअरमन, तुम्हीतरी आपल्या ज्येष्ठ पुत्राशी बोला. त्याला योग्य मार्ग आता केवळ तुम्हीच दाखवू शकता.''

''गोविंदा, मी खरंच हरलो आहे रे त्याच्याबाबत. माझंच चुकलं. मी त्याला सगळ्या गोष्टी स्वत:च्या ताब्यात घ्यायला प्रवृत्त केलं. खरंतर मी 'हस्तिनापूर एन्टरप्रायझेस'मध्ये जास्त लक्ष द्यायला पाहिजे होतं. पण आता वेळ निघून गेली गोविंदा. मी हरलो.''

कृष्णाला हे उत्तर तसंही अपेक्षित होतंच, पण तिथून निघताना यातून काहीच चांगलं निष्पन्न होणार नाही ही चेतावणी धृतराष्ट्राला द्यायला तो विसरला नाही.

पांडुपुत्रांसाठी कोणतीच चांगली बातमी त्याच्या जवळ नव्हती. स्वत:ला विनाशाच्या मार्गावर निर्णायक या वळणावर सर्वांनीच पाऊल ठेवलं आहे हे तो जाणून होता. आणि या मार्गावर त्यालादेखील चालणं क्रमप्राप्त होतं. ते आता त्याचंही कर्म होतं.

तीन

ही निराशाजनक वार्ता पांडवांना कळवण्यासाठी कृष्ण परत निघाला तेव्हा त्याच्या मनात हे सारं असं कसं आणि का घडलं याचं विचारमंथन सुरू होतं. या बंधूंचे आजोबा म्हणजे 'विचित्रवीर्य' वारले आणि वंशपरंपरा पुढे सुरू कशी ठेवायची या प्रश्नाने पुढचे सगळे खेळ सुरू केले. विचित्रवीर्य हे 'हस्तिनापूर एन्टरप्रायझेस'चे अतिशय सदाचारी चेअरमन म्हणून गणले जात आणि त्याहीपेक्षा कंपनीच्या विस्ताराचा पाया तयार करणारे म्हणून त्यांचे नाव घेतले जाई. तरीही अनेक लोक असेही म्हणत की त्यांनी केवळ पितामह भीष्मांचा सल्ला ऐकला म्हणून कंपनीच्या उन्नतीचे प्रयत्न योग्य दिशेने झाले. तसंही, त्यांना स्वत:ची अशी दूरदृष्टी फार नव्हतीच!

अशा सगळ्या वदंता असल्या तरीही विचित्रवीर्य आजोबांनी आपलं संपूर्ण जीवन अतिशय सभ्य वागणुकीने आणि नम्रपणे व्यतीत केलं होतं. त्यांच्या सन्मानार्थ त्या महानगरातील एका मुख्य चौकाचे नामकरण 'विचित्रवीर्य चौक' असंही केलं गेलं होतं. नंतर बहुमताने निवडून आलेल्या सरकारने त्या चौकाचे 'जय हनुमान चौरहा' असे नामकरण करण्याचा मोठा घाट घातला होता, परंतु विचित्रवीर्य या व्यक्तीबद्दल मनातून प्रेमयुक्त आदर असलेल्या त्या महानगरातील नागरिकांनी बहुसंख्य मतांनी तो फेटाळून लावला.

विचित्रवीर्यांच्या निधनानंतर संचालक मंडळाने एकमताने विचित्रवीर्यांचा धाकटा मुलगा पांडू याला चेअरमनशिप देऊ केली. त्या सर्वांचं असं

म्हणणं होतं की विचित्रवीर्यांचा मोठा मुलगा धृतराष्ट्र याच्याकडे कंपनीला पुढे नेण्याची दृष्टी आणि ताकद तर नव्हतीच; शिवाय नवीन आव्हानं पेलायची हिंमतदेखील नव्हती. संचालक मंडळाचे असे मानणे होते की ज्ञानी भीष्मांच्या देखरेखीखाली पुत्र पांडू हा कंपनीची भरभराट घडवून आणेल, तसेच कंपनी विस्तारही सहजी करू शकेल.

आपल्या कंपनीच्या अतिशय प्रतिष्ठित अशा चेअरमन पदाला मुकल्याचा सल धृतराष्ट्राला नेहमीच बोचत असे. इतकंच नाही, तर त्याला संचालक मंडळातलं कोणतंच पद न देता केवळ गुंतवणूकदार म्हणून त्याच्याकडे पाहिलं जाई. आणि प्रत्येक वर्षी त्याच्यासाठी म्हणून वार्षिक अहवाल ब्रेल लिपीमध्येही छापला जाईल याची काळजी घेतली जाई. हा सल वर्षागणीक वाढत गेला आणि हृदयातील हे रोषाचं विष हळूहळू त्याने आपल्या पुत्रांमध्ये देखील पसरवलं. धृतराष्ट्राच्या पुत्रांच्या मनात एकच गोष्ट पक्की ठसवली गेली की या सगळ्या साम्राज्याचे ते अधिपती होणार होते, पण त्यांची फसवणूक केली गेली. यामुळे कौरव आणि पांडवांमध्ये कायमच कटू संभाषणाचे चौघडे वाजत असत.

कधीकधी कृष्णाला असंही वाटून जाई की संचालक मंडळाने पांडूला चेअरमन करून मोठीच चूक केलेली आहे. त्यांनी धृतराष्ट्रालाच चेअरमन करायला हवं होतं आणि पूर्वीप्रमाणेच पितामह भीष्म हे त्याचे उत्तम सल्लागार म्हणून राहिले असते, तर कदाचित भारताच्या राष्ट्रपतींसारखे या कंपनीचे चेअरमन हे पद नामधारी पद राहिले असते. तसेही ते सगळे धृतराष्ट्राला त्याच्या पाठीमागे अंध म्हणून चिडवत होतेच. तेच सत्यात उतरलं असतं. पण कदाचित पुढचं महाभारत तरी टळलं असतं.

त्याच वेळेस संचालक मंडळाने त्याचा सल्ला घेतला असता तर बरं झालं असतं, असंही त्याला वाटून जाई. कंपनीने सल्लागारांच्या योग्य सल्ल्याशिवाय पुढचं पाऊल टाकू नये हे याचं उत्तम उदाहरण होतं! त्या वेळेस जर 'हस्तिनापूर एन्टरप्रायझेस'ने त्याच्या सल्ल्याच्या फीवर थोडे पैसे खर्च केले असते तर आज जे काही सहन करावं लागत आहे ते कदापि घडलं नसतं.

गेली अनेक वर्षं जेव्हा केव्हा कृष्ण आणि पितामह कॉफी घेण्यासाठी एकत्र भेटत असत तेव्हा तेव्हा पितामह भीष्मांनी त्या वेळेस कृष्ण किंवा इतर कोणाचा सल्ला न घेण्याचे समर्थन केलं होतं. त्यांचे म्हणणे असे

होते की या चुलत भावंडांची असूया एक ना एक दिवस डोके वर काढणार होतीच. तरुणपणी जेव्हा पांडव विद्येत किंवा खेळात कौरवांपेक्षा वरचढ झालेले दिसतील तेव्हा कौरवांची मने पेट घेणारच होती.

कौरव नेहमीच पांडवांना पाण्यात पाहत असत. आपल्या वर्तणुकीमधून जरी तसं दर्शवत नसले तरी कौरवांना हे मनोमन चांगलंच समजून चुकलं होतं की ते पांडवांना अभ्यासामध्ये वर्गात किंवा खेळाच्या मैदानात हरवू शकणार नाहीत. याच गोष्टीचा कौरवांना त्रास होत होता. त्यांना त्यामुळे अगदीच असुरक्षित वाटायचं आणि मग ते पांडवांना दुखवायचीच काय तर इजा करायची एक संधीसुद्धा दवडत नसत. त्यांच्या बालपणापासून ते तरुणपणापर्यंत अशा असंख्य घटना घडूनही गेल्या होत्या. अर्थातच आपला हक्क मारला गेल्याची ही भावना ही त्यांच्याच पिताश्रींची देणगी होती.

कौरव-पांडवांचे गुरू गुरुदेव द्रोणाचार्य हे नेहमीच पांडवांची विशेषत: अर्जुनाची बाजू घेत असत. पितामह भीष्मांनीदेखील अर्जुन हा त्यांचा लाडका नातू आहे असं अनेकदा दर्शवलं होतं. हा उघडउघड दिसणारा पक्षपात आता बोर्ड मीटिंगमध्ये त्यांच्यावर दुर्योधनाने उलटवला होता.

'उपप्लव्य' नावाच्या 'मत्स्या'च्या राजधानीत कृष्ण येऊन पोहोचला होता. तेथील नामवंत उद्योगपती 'विराट' याच्याकडे पांडव पाहुणे म्हणून वास्तव्यास होते. 'इंद्रप्रस्थ एअरलाइन्स'ने कौरवांच्या महानगरीमधून निराशा पदरी पाडून कृष्ण इकडे परतला होता. तिथून निघताना कौरवांनी स्वत:चा प्रभाव पाडून कृष्णाचं बॅगेज त्याच्यापर्यंत पोहोचू न देण्याची किंवा गायब करण्याची खबरदारी नक्कीच घेतली असती, परंतु कृष्ण नेहमीच त्या एअरलाइन्सने प्रवास करत असल्याने त्याच्याकडे युनिव्हर्स फ्रिक्वेन्ट फ्लायर कार्ड होतं. त्याने आपले ते कार्ड दाखवल्यावर चेक-इन करणाऱ्या काउंटर अटेंडन्टचे 'युनिव्हर्स कार्ड' असणाऱ्या पॅसेंजरच्या संदर्भात असा काही गोंधळ करण्याचे धाडसच झाले नाही.

पांडवांनी अटीप्रमाणे आपले तेरावे अज्ञातवासातले वर्ष 'मत्स्य'च्या राजधानीमध्ये गुप्तपणे सामाजिक कामं करत व्यतीत केलं होतं. 'पोकर' गेममध्ये हरल्यानंतरची अशी अट होतीच की बारा वर्षं पांडवांनी 'हस्तिनापूर एन्टरप्रायझेस'ला सरळ प्रतिस्पर्धी ठरेल असे काहीही करायचे नाही आणि तेरावं वर्ष अज्ञातवासात काढायचं.

त्याप्रमाणे पांडवांनी स्वत:ची एक 'एनजीओ' स्थापन केली होती. तिच्यामार्फत गेली बारा वर्षं पांडव पाणीसाठा प्रकल्प आणि सेंद्रिय शेती या संदर्भात सामाजिक कार्य करत होते. या कार्यासाठी त्यांनी खांडवप्रस्थ या आपल्या गृहराज्याची निवड केली होती. इथूनच तर त्यांनी इंद्रप्रस्थ कंपनीची सुरुवात केली होती. त्यामुळे त्यांनी आपले समाजकार्य सुरू केलं होतं. विशेष करून खांडवप्रस्थमधल्या अविकसित भागावर त्यांनी लक्ष केंद्रित केलं होतं.

पांडवांना १२ वर्षं असं वनवासात जीवन व्यतीत करायला कौरवांनी भाग पाडलं होतं, तरी कौरवांना पांडवांच्या प्रभावाची कल्पना होतीच. त्यांची समाजातील एकूणच पत इतकी उत्तम होती की त्यामुळे पांडवांचा जो लोकांवर प्रभाव होता, त्याला फारसा धक्का लागणार नाही, याची कौरवांना अगदी खात्रीच होती. खरंतर म्हणूनच त्यांनी पांडवांना तेराव्या वर्षी अज्ञातवासाची शिक्षा सुनावली होती. या तेराव्या वर्षी पांडवांनी आपली स्वत:ची ओळख लपवून ठेवायची होती. ते पांडव आहेत असं जर कोणाला समजलं असतं तर पांडवांना परत एकदा १२ वर्षं वनवास आणि अजून एक वर्ष अज्ञातवास भोगावा लागणार होता. यासंदर्भात कृष्णाने पांडवांना अतिशय उत्कृष्ट सल्ला दिला होता. त्यामुळे पांडवांनी या अज्ञातवासामध्ये, कोणालाही सुतराम शंकादेखील येणार नाही इतक्या बेमालूम पद्धतीने स्वत:ची ओळख लपवण्यात यश मिळवलं होतं. त्यांच्या बारा वर्षांच्या 'एनजीओ'च्या अनुभवाचा फायदा या तेराव्या वर्षात 'विराट' राजाला झाला होता. पांडवांनी विराटाच्या कंपनीकरता 'सीएसआर' धोरण राबवलं. इतकंच नाही तर पांडवांनी विराटाला मत्स्य राज्याच्या अगदी अंतर्गत भागामध्ये, जिथे दुष्काळामुळे पाण्याची कमतरता भासत होती, तिथे हे धोरण राबवायला भाग पाडलं होतं. यामुळे त्यांना स्वत:ची ओळख गुप्त ठेवण्यात काहीच अडचण आली नाही आणि ते कौरवांच्या नजरेपासूनदेखील दूर राहिले.

पांडवाची मेहनत फळाला आली होती. त्यांनी दुष्काळावर मात करण्यासाठी अनेक जलाशय एकत्र आणून जलाशयाचं अतिशय विस्तृत जाळं तयार केलं होतं. या जलाशयांच्या नेटवर्कला तिथला जनसमुदाय कीचक या नावाने ओळखू लागला. असं यश लपून थोडंच राहतं? लवकरच ही बातमी मत्स्य राज्याच्या वृत्तपत्रातून छापून आली.

हळूहळू कर्णोपकर्णी होत अखेरीस तिची दखल महानगरातल्या वार्तांमध्ये देखील घेतली जाऊ लागली. चाणाक्ष दुर्योधनाला ही बातमी समजल्यावर त्याने यामागे पांडवांचाच हात असणार हे लगेच ताडलं. आता त्याच्या हाती कोलीत मिळालं होतं. त्याने ताबडतोब पांडवांचा शोध सुरू केला. पांडवांची ओळख पटली तर पुन्हा त्यांना वनवासाला पाठवता येणार होतं, आणि ही संधी दुर्योधन कशी सोडणार?

दु:शासनाबरोबर तो लगेच मत्स्य राज्याच्या अंतर्भागात जाऊन पोहोचला. तिथे जाऊन त्याने पांडवांच्या या जलाशयाच्या नेटवर्कमुळे स्थानिक लोकांच्या पाणी वाहतूक व्यवसायावर कसा परिणाम होतो आहे, याबद्दलचं रण पेटवून दिलं. या स्थानिक पाणी व्यवसायिकांनी मग भाडोत्री गुंड आणून पांडवांच्या नेटवर्कचा मुख्य भाग असलेली धरणं बॉम्बने उडवून देण्याचा प्रयत्न केला. पांडवांना याची माहिती मिळाल्याबरोबर त्यांनी जिल्हाधिकाऱ्यांना गाठून पोलिसांना यात लक्ष घालण्याची विनंती केली. दुर्योधनाने पांडवांना बरोबर ओळखलं. पांडवांनी आपली अट पूर्ण न केल्यामुळे पुन्हा त्यांना १२ वर्षांच्या वनवासाला सामोरं जावं लागणार याची आठवण दुर्योधनाने लगेचच पांडवांना करून दिली. पण ज्योतिषशास्त्रातल्या पंचांगानुसार, ज्या क्षणी पांडवांनी आपली तक्रार डेप्युटी कमिशनर ऑफ पोलीस यांच्याकडे नोंदवली, त्याच क्षणी त्यांचा अज्ञातवासदेखील संपला होता.

किती गोंधळाचा दिवस होता तो. वृत्तवाहिन्या आणि मीडिया आज अगदीच सतर्क राहिलेले दिसत होते. प्रमुख पत्रकार 'बारीष भट्ट' यांनी तर या सगळ्या घडामोडींचा ऊहापोह करण्यासाठी एक तासाचा चर्चेचा कार्यक्रम आयोजित केला. या चर्चेमध्ये त्यांनी कुरू वंशज व त्याचा 'हस्तिनापूर एन्टरप्रायझेस'वर होणारा परिणाम आणि कंपनीचं भवितव्य यावर तज्ज्ञ लोकांमध्ये चर्चा करून सविस्तर घडामोडी लोकांसमोर आणल्या. कौरवांनी घडवून आणलेल्या या गोष्टीमुळे जगाचं लक्ष वेधलं गेलं. कौरवांच्या या कृत्यामुळे आणि एकंदर मीडियाच्या कव्हरेजमुळे ज्येष्ठ पांडुपुत्र युधिष्ठिर अस्वस्थ झाला. तसा युधिष्ठिर शांत, व्यावहारिक आणि संयमशील असण्याबद्दल सुप्रसिद्ध होता, पण या वेळेस कौरवांनी त्याच्या सौजन्याची परीक्षाच पाहिली होती. कृष्णाने आणलेल्या बातमीने तर तो अधिकच अस्वस्थ झाला.

“धर्मराज, आपल्या कोणत्याही मागणीला कौरवांनी होकार दिलेला नाही, किंवा तिचा विचारही केलेला नाही. दुर्योधनाला त्याचा मामा शकुनी, मित्र कर्ण आणि अश्वत्थामा हे तिघेही त्याच्याच बाजूचे आहेत हे पक्के ठाऊक आहे. धृतराष्ट्र चेअरमन असला तरी तो अनुपस्थित असल्याने चेअरमनचा नकाराधिकार वापरून दुर्योधनाने अतिशय कावेबाजपणाने आणि धैर्याने आपली संचालक मंडळावरची पकड अधिक घट्ट केली आहे असं मला वाटतं. त्याला हेही पक्कं माहीत आहे की पितामह भीष्म आणि गुरुवर्य द्रोण हे सलोख्याच्या या ठरावामध्ये अलिप्त असणार आणि अखेरीस बहुतांश मतं ज्या बाजूला असतील तिकडेच वळणार.”

कृष्णाने चतुराईने आपली बोलणी असफल झाल्याचे थेटपणे न सांगता असे नकळत युधिष्ठिराला समजावून सांगितले. एका उत्कृष्ट सल्लागाराच्या शब्दकोशात हार, पराभव, असमाधानकारक परिणाम, नकोशी गोष्ट असे शब्द किंवा वाक्यं कधीच आढळत नसतात. मनात असलेल्या या टोचणीमुळे कृष्णाने आडवळणाने आपलं मत युधिष्ठिराकडे व्यक्त केलं. मी अशा मला नेमून दिलेल्या कामगिरीसाठी योग्य शुल्क नेहमी आकारत असतो, पण या वेळेस मी पुढे केलेल्या हाताचा कौरवांनी अस्वीकार केल्याने मी तुमच्याकडून केवळ खर्च घेणार आहे. अतिशय धूर्तपणे कृष्णाने हे शुल्क पांडवांनी अजिबात द्यायचेच नाही, याचा उल्लेख मात्र टाळला होता.

आपला निर्धार व्यक्त करत युधिष्ठिर म्हणाला, “कृष्णा, कौरवांनी आपल्यापुढे मग अगदीच मोजके पर्याय शिल्लक ठेवले आहेत. खरंतर आपल्यापुढे एकच पर्याय आता उरला आहे आणि तो म्हणजे आपला अधिकार झगडून मिळवणे. आता यासाठी आपल्याला प्रचंड संपत्तीची जमवाजमव करावी लागेल.”

“भ्राताश्री, आपण त्यांना क्रिकेटच्या मैदानावर हरवू या.” बलाढ्य अशा भीमाला त्याचा राग आवरता येत नव्हता. “भ्राताश्री, जे खरे स्पोर्ट्समन असतील ना ते अशा बोर्डरूमच्या घोटाळ्यामध्ये अडकत नाहीत. त्यांना आपण टी-२०च्या मॅचचं निमंत्रण देऊन त्यांचे दहा बळी घेऊ या. आणि नंतर मला बॅटिंग मिळेल तेव्हा मी त्यांच्या बॉलवर असे काही फटके मारेन की माझ्या दोनशे रन होतील. अगदी प्रामाणिकपणे

सांगायचं तर मला त्या दुर्योधनाचा इतका राग आला आहे की त्याच्या मांड्या माझ्या बॅटने मला फोडून काढायच्या आहेत.''

युधिष्ठिराच्या खालोखाल भीम हा पांडूचा ज्येष्ठ पुत्र होता. तो अतिशय चट्‌कन रागावत असे. उत्कृष्ट फलंदाजीही करत असे. त्याने कधीही बॉलिंग केली नाही. खरंतर त्याला बॉलिंग करायलाच परवानगी नव्हती. त्याला वाटे, बॉलिंग करायची म्हणजे समोरच्या व्यक्तीला फुलटॉसमध्ये त्वेषाने असा काही बॉल टाकायचा की फलंदाजाचं डोकं तरी फुटलंच पाहिजे. त्याच्यामुळे लेग अम्पायरला कायम वाइड बॉल द्यावे लागायचे आणि ती ओव्हर कधीच न संपणारी व्हायची. त्याच्या बॉलिंगवर विरुद्ध टीम, काही जास्त रन स्कोअर न करता किंवा अगदी फलंदाज जागेवर उभे राहूनही जिंकली असती. इंद्रप्रस्थ कंपनी जेव्हा फॉर्मात होती तेव्हा नॅशनल क्रिकेट लीगसाठी त्यांनी एका क्रिकेट टीमला स्पॉन्सर केलं होतं. शक्तिमान भीम त्या टीममध्ये सहभागी झाला होता. अर्थात, टीम मॅनेजर होण्याइतपत सॉफ्ट स्किल त्याच्याकडे कधीच नव्हतं. टीम मॅनेज करायची त्याची संकल्पना म्हणजे आपला गेम प्लॅन प्लेअरच्या गळी उतरवण्यासाठी त्यांना ठोकून काढायचं किंवा धाक दाखवायचा. आणि प्लॅन म्हणजे तरी काय, तर प्रत्येक बॉल आपल्या बॅटने जोरात ठोकायचा. हस्तिनापूर टीम आणि इंद्रप्रस्थ टीम या दोन टीम्स नॅशनल क्रिकेट लीगसाठी कधीच एकत्र आल्या नाहीत. म्हणूनच भीमाला या दोन टीम्स आमनेसामने आणण्याची खूप इच्छा होती. गेल्या तेरा वर्षांपासून त्याच्या मनात खदखदत असलेल्या रागाची ती परिणतीच होती.

युधिष्ठिराने समजावणीच्या सुरात भीमाला शांत करायचा प्रयत्न केला. ''भीमा, मी तुझा राग समजू शकतो. आपल्याला हा प्रश्न अतिशय पद्धतशीरपणे आक्रमक होऊन सोडवायला लागणार आहे. आपण कौरवांसारखं खालच्या थराला जाण्यात काय अर्थ आहे? आपण धर्माची कास कधीच सोडायची नाही बरं! डायरेक्टर बोर्डच्या परवानगीशिवाय आपण या कंपनीचा ताबा घ्यायचा हेच बरोबर होईल. तसाही आपल्याला विराटाचा पाठिंबा आहेच. माझी खात्री आहे की द्वारका, काशी, मगध, छेदी आणि पांड्यमधले बँकर्स आणि मोठे मोठे इंडस्ट्रियलिस्ट्स आपल्याला आर्थिक मदत नक्की करतील. मला वाटतं

की हा अतिशय विश्वासार्ह मार्ग आहे. याचा उपयोग करून आपण 'हस्तिनापूर एन्टरप्रायझेस'चे खूप शेअर हस्तगत करू शकतो.'' हे समजावणे म्हणजे रागाच्या समुद्रात पेलाभर गार पाणी ओतण्यासारखंच होतं म्हणा!

''भ्राताश्री, तुम्ही म्हणता आहात त्याचा मी आद्दर करतो. पण मला हे कळत नाही की अर्जुन आणि माझ्यासारखे उत्तम खेळाडू आपल्याकडे असताना आपण असं बोर्डरूमचे खेळ का खेळायचे? खऱ्या खेळाडूला असा मैदानातला खेळच जास्त भावतो. हे तुमचे वेगळे खेळ मला समजतच नाहीत. आपण त्यांना मैदानात आव्हान देऊ. मी तुम्हाला सांगतो की टी-२० मॅचमध्ये मी एकटाच त्या सगळ्यांना पुरा पडेन. अर्जुनाला त्या अर्धशिक्षित, उद्धट कर्णाला गोल्फ कोर्समध्ये स्किन्स गेम चॅलेंज द्यायला सांगू. सगळ्या होल्सवर अर्जुनाचे राज्य असेल. आणि हो, टेबल टेनिस खेळण्यास जर कौरव उत्सुक असतील तर मी आपल्या नकुल-सहदेवांचे नाव सुचवेन.'' भीमाचा राग त्याच्या शब्दाशब्दांतून उसळत होता. त्याला कधी एकदा आपल्या भूमीत परत जातो असं झालं होतं. अर्थात, त्यासाठी त्याला बोर्डरूममधला सदस्य बनून जाण्यापेक्षा खेळाडू म्हणून जाणं जास्त पसंत होतं.

''भीमा, अरे भ्राताश्री काय म्हणतात ते ऐकून तर घे. त्यांना आपल्यापेक्षा जास्त समजतं, आपण त्यांचं म्हणणं नीट समजावून घेऊ या,'' भीमाच्या खांद्यावर प्रेमाने हात दाबत अर्जुन म्हणाला, ''अरे भ्राताश्रींना आणि कृष्णाला ठरवू दे काय करायचं ते.''

''मलाही हे पटतंय. युधिष्ठिराचा प्लॅन अगदीच योग्य आहे. आपण धर्माच्या मार्गाने जावं हेच उत्तम! त्याने तुम्हा पांडवांचा फायदाच होणार आहे. कॉर्पोरेट जगतामध्ये पुन्हा अभिमानाने आणि ताठपणे उभे राहण्याच्या दृष्टीने ते अतिशय महत्त्वाचे आहे. गेल्या तेरा वर्षांच्या समाजकार्यामुळे तुमच्याबद्दल लोकांचं मत आधीच चांगलं झालं आहे. तुमचं नाव झालं आहे. त्यामुळे डोक्यात राख घालून त्यावर आता पाणी फिरवू नका.''

कृष्णाच्या या उद्‌गारानंतर भीमाने रागारागाने कृष्णाच्या हातातून आपला हात झटकून टाकला आणि तो त्याच पावली तिथून आपल्या जिममध्ये निघून गेला. तिथे वर्कआउट करून त्याचं डोकं नक्कीच शांत

झालं असतं. युधिष्ठिराने सुस्कारा सोडत तो गेला त्या दिशेने पाहत मान हलवली. आता त्याला आपल्या या रागीट भावाचा राग शांत करण्यासाठी भीमाला आवडणाऱ्या उत्तम रेस्टॉरन्टमध्ये नेऊन हवं ते खायला मागवावं लागणार होतं. अशानेच केवळ त्याचा राग शांत करावा लागणार होता. युधिष्ठिराला वाटायचं की आता त्या रेस्टॉरन्टचा मॅनेजर त्या दोघांना प्रवेशच देणार नाही. मागच्या वेळेस ते दोघं तिथं गेले असताना एकट्या भीमाने तिथली सगळी मटण बिर्याणी आणि खीर संपवून टाकली. युधिष्ठिराने त्या सर्वांना पाहुणचार कसा केला जायला हवा आणि अशी घटना घडली तर शांत कसं राहावं यावर चांगलंच लेक्चर दिलं त्यामुळे सारं जरा शांत झालं, नाहीतर भीमाने एका हाताने खीर खाताना दुसऱ्या हाताने सगळ्यांना धुतलं असतं. मग या बातमीला पाय फुटले असते आणि वृत्तपत्राच्या बातमीदारांना पेज थ्रीवर छापण्यासाठी एक उत्तम विषय मिळाला असता. पण युधिष्ठिरानेही परिस्थिती बरीच शांतपणे हाताळली. आणि पुढील प्रसंग टाळला.

या सर्व आठवणी बाजूला ठेवत युधिष्ठिराने कृष्णाला अतिशय महत्त्वाच्या विषयाकडे नेलं, ''मग कृष्णा, आता यातून काय मार्ग काढायचा आपण? तूच आता मदत करू शकशील यातून बाहेर पडायला.''

कृष्ण किंचित विचारात गढून गेला. आपण आता धर्मराजाला सांगावं काय, की माझा कार्यभाग इथपर्यंतच होता. मी केवळ मध्यस्थ म्हणून जायचं होतं आणि यापुढच्या प्रत्येक सल्ल्यासाठी दर तासाला वेगळी फी पडणार आहे. पुढं जे काही घडणार आहे, त्याच्या यशापयशावर ही फी अवलंबून नाही. यश मिळो वा अपयश ती तर द्यावीच लागणार होती. परंतु ही काही योग्य वेळ नाही हे सर्व बोलायची. नंतर एकांतात वेळ पाहून हे धर्मराजाबरोबर बोलावे हेच योग्य.

''धर्मराज, मला वाटतं, तुम्ही कौरवांना तुमचा उद्देश सरळसरळ कळवावा. कदाचित हे सर्व निस्तरण्यासाठी ही त्यांना शेवटची संधी असेल.''

''धन्यवाद कृष्णा! जरी तुला सल्ला देण्याची आम्ही फी देत असलो तरी तुझा सल्ला आमच्यासाठी अनमोल आहे. आपण पुढची पावले कशी टाकायची यासंदर्भात बोलण्यापूर्वी तुला या सर्व गोष्टींकरता

आम्ही किती आणि कसे पेमेंट करायचं त्याचं ॲग्रीमेन्ट करून घेऊ या का?''

धर्मराज़ानेच हा विषय काढल्याने कृष्णाला हायसं वाटलं. अर्थात धर्मराज नावाप्रमाणे नोबल व्यक्ती होता. मूल्यं कशी पाळायची आणि सांभाळायची याची त्याला उत्तम जाण होती. खरंतर अशा अडचणीच्या काळात लोकांना फुकट सल्ला मिळाला तर हवाच असतो. पण धर्मराज हे एक सत्त्वशील व्यक्तिमत्त्व होतं.

''मला यावर थोडा विचार करायला लागेल.'' कृष्ण उत्तरला.

एक फी स्ट्रक्चर ठरवून घेणं फारसं फायद्याचं ठरलं नसतं. हा बोर्डरूमचा गेम कसा नि किती वेळ काढेल ते आत्ताच सांगता येणं अगदीच कठीण होतं. त्यापेक्षा तासाचे पैसे आकारणं जास्त श्रेयस्कर ठरलं असतं.

पुढच्याच क्षणाला कृष्णाने धर्मराजाला सुचवलं की त्याने कौरवांना पुढील पावलं उचलण्यास जास्त वेळ न देता लगेचच आपल्या अपेक्षा आणि उद्देशांबद्दल कळवावं.

''मी लगेचच दुर्योधनाला एक ई-मेल पाठवून देतो.'' युधिष्ठिराने उत्तर दिलं.

चार

युधिष्ठिराने पाठवलेली ई-मेल दुर्योधनाला मिळाल्यावर व्हायचा तोच परिणाम झाला. संतापलेल्या दुर्योधनाने लगेचच बोर्ड मीटिंग बोलावली. प्रोटोकॉलची व्यवस्थित माहिती असणाऱ्या भीष्मांनी या मीटिंगच्या नोटिशीवर धृतराष्ट्राची सही झाल्याची खात्री करून घेतली. धृतराष्ट्राला या सर्व गोष्टींची माहिती असणं फार आवश्यक होतं. शिवाय, दुर्योधनालाही हे समजायला हवं की तो मनमानी करून हवं तेव्हा बोर्ड मीटिंग बोलावू शकत नाही. अर्थात, ही सगळी नुसतीच खेळी होती कारण धृतराष्ट्र दुर्योधनाला अडवण्याची हिंमत नक्कीच करू शकला नसता; किंबहुना धृतराष्ट्राला कदाचित हेच घडायला हवं असेल.

आज पुन्हा एकदा प्लासीच्या छोट्याशा कॉन्फरन्स रूममध्ये सर्व बोर्ड मेंबर्स जमा झाले. 'हस्तिनापूर एन्टरप्रायझेस'चे ते सोळा जण बसू शकतील इतकीच छोटी कॉन्फरन्स रूम होती. इथली सर्वांत मोठी म्हणजे चोवीस जण बसू शकतील अशी कॉन्फरन्स रूम होती 'कुरुक्षेत्र'.

सध्याच्या इमारतीमध्ये आपलं ऑफिस नेण्यापूर्वी दुर्योधनाने आपल्या कर्मचाऱ्यांमध्ये कॉन्फरन्स रूमची नावं ठरवण्यासाठी स्पर्धा ठेवली होती. अनेक एन्ट्री आल्या होत्या. त्यातली स्टार वॉर्सची नावं असलेली एन्ट्री दुर्योधनाला खूप मनापासून पटली. नाबू, कोरुसंट, याविन, एनडोर अशी नावे त्याच्या दृष्टीने अगदी उत्तम वाटत होती. परंतु नंतर त्याने विचार केला की 'हस्तिनापूर एन्टरप्रायझेस'मधील स्टार ट्रेकच्या चाहत्यांना नाराज करणे योग्य होणार नाही. कॉन्फरन्स रूममध्ये देखील

नाहीतरी छोटीमोठी युद्ध छेडली जातातच. त्यामुळे अशा ठिकाणांना भारतातील जुन्या युद्धभूमीची नावे देणे जास्त उचित ठरेल. आनंद म्हणजे, त्याचा हा निर्णय बोर्डाने मान्य केलेल्या काही निर्णयांपैकी एक निर्णय ठरला.

एव्हाना सगळे बोर्ड मेंबर्स आपापल्या जागेवर स्थानापन्न झाले होते. दुर्योधनाने आपल्या मनातला राग या मंडळींसमोर व्यक्त केला.

"त्यांना असं वाटत आहे की आपल्याला घाबरवून टाकलं की त्यांच्या इच्छा आपण पूर्ण करू, तर ते अजिबात शक्य नाही. आम्ही इतके लेचेपेचे आहोत की काय? आपली कर्जं विकत घेऊन ते कंपनी ताब्यात घेऊ पाहत आहेत."

"दुर्योधना, तू रागावून आपल्या कॉमन सेन्सला ताब्याच्या बाहेर जाऊ देऊ नकोस. एक लक्षात ठेव की भारतातले सर्व मोठे उद्योजक आणि बँकर्स त्यांच्या पाठीशी उभे आहेत. त्यांना हे करणं सहज शक्य आहे हे कृपया विसरू नकोस. योग्य वेळेची आणि काळाची वाट पाहणंच आपल्यासाठी इष्ट ठरेल. आपण त्यांना उघड उघड आव्हान देण्यापूर्वी नीट जपून पावलं उचलावी हे बरं!" भीष्मांनी दुर्योधनाचा राग शांत करण्याचा आणि त्याला सल्ला देण्याचा मनापासून प्रयत्न केला.

अंगराज कर्णाने मध्येच हस्तक्षेप करत भीष्मांना सांगितलं, "पितामह, एकतर तुम्ही त्यांना घाबरला आहात किंवा त्यांच्या प्रति असणारी तुमची निष्ठा आणि प्रेम तुम्हाला हे बोलायला भाग पाडत असले पाहिजेत. तुम्ही खरोखरच घाबरला असाल, तर प्लीज जरा आमच्यासारख्यांच्या तरुण रक्तावर विश्वास ठेवा. आम्ही हे सर्व निस्तरायला समर्थ आहोत."

"अंगराज कर्ण..." भीष्मांचा जोरदार आवाज साऱ्या सभागृहात घुमला. त्यांच्या आवाजाने बाजूच्या काचेच्या भिंतीदेखील हादरल्या. मी घाबरू शकतो असे म्हणण्याची तुझी हिंमतच कशी झाली? एक लक्षात ठेव, उभ्या आयुष्यात मी कोणालाही भ्यायलेलो नाही. जेव्हा परकीय भांडवलदारांनी आपल्या कंपनीचं नुकसान करण्याच्या दृष्टीने शेअर मार्केटमध्ये पावलं उचलली तेव्हा मी... मी एकटाच त्यांचा ठासून विरोध केला होता. एकटा होतो मी, लक्षात ठेव. त्या वेळेस जर मी

आपल्या कंपनीचं भागभांडवल सुरक्षित करण्यासाठी योग्य पावलं उचलली नसती तर केवढा अनर्थ झाला असता माहीत आहे तुला? तुझा जन्मदेखील झाला नसेल अशा काळातली ही घटना आहे अंगराज. आपल्या आईच्या पदराला धरून तू जितकी पावलं चाललादेखील नसशील, त्याच्या कितीतरी पटीने माझी अनुभवाची वर्षं आहेत.''

''यात माझ्या आईचं नाव घ्यायची काहीच गरज नाही पितामह. मला माहीत आहे, वीर दुर्योधन पांडवांच्या असल्या किरकोळ धमक्यांना शरण जायचा नाही. तशीच काही वेळ आली तर मी त्याच्याबरोबर खंबीरपणाने उभा राहीन. सगळे बोर्ड मेंबर्स जरी त्याच्या विरोधात असले तरी आम्ही त्या पांडवांना घाबरत नाही. एकट्यानेच त्यांच्याबरोबर लढू आम्ही.'' कर्णाने रागारागाने पितामहांना उत्तर दिलं.

''बास! अंगराज कर्ण, खूप बोललास.'' पितामह भीष्मांना आता मात्र राग आवरला नाही. ते जोराने गर्जत कर्णावर बरसले, ''तुझ्या अपरिपक्व बुद्धीची मला कीव येते आहे. तुझ्यासारखी बालिश माणसं जर माझ्या पुतण्याला साथ देत असतील तर मी त्याच्या भल्यासाठी परमेश्वराकडे प्रार्थनाच करेन. तसंही या युद्धात जय सत्याच्याच बाजूचा होणार आहे. आणि पांडवांची बाजू सत्याची आहे हे सगळेच जाणतात. असो, तुला ते सांगून काही फायदा नाही. तसंही, आता आपली पावलं विनाशाच्या मार्गावर निघालीच आहेत.''

द्रोणाचार्यदेखील आता चिडले होते. त्यांनीदेखील कर्णाला सुनावलं, ''एक लक्षात ठेव अंगराज, आम्ही 'हस्तिनापूर एन्टरप्रायझेस'चं संचालक मंडळ या नात्याने कोणत्याही अडीअडचणी आणि संकटाच्या काळात काहीही झालं तरी शेवटी दुर्योधनाच्याच बाजूने उभं राहणार. मग ते आमच्या मनाला पटो वा ना पटो. आम्हाला माहीत आहे की संचालक मंडळाने आपल्या मर्यादा पाळल्या नाहीत आणि नियम मोडले तर त्यांना कैद आणि दंडदेखील होऊ शकतो. आम्ही आमचा धर्म पाळू, मग ही बाजू कितीही चुकीची असली तरीही आम्हाला तो पाळावाच लागेल.''

हे ऐकताच दुर्योधन त्वरेने म्हणाला, ''संचालक मंडळ माझ्या बाजूचं आहे हे ऐकून मला फारच आनंद झाला. पण मला हे कळत नाही की पांडवांची बाजूच बरोबर आहे हे आपण का मानतो आहोत?

त्या ‘पोकर’च्या गेममध्ये त्यांनी स्वत:जवळचा इंच न् इंच घालवला आहे. आता हवं तर ते माझ्याकडे काही गोष्टींची भीक मागू शकतात. किती दुर्दैवाची गोष्ट आहे ना ही! पाचही पांडवांना डायरेक्टरशिप देण्याच्या मुद्द्यावर तह करायला ते का तयार झाले असावेत हे मला आत्ता समजतंय. त्यांच्याजवळ मांडण्यासारखी काही बाजू नाही. आता ते केवळ भीतीचा बागुलबुवा आपल्याकडे पाठवत आहेत.’’

आता मात्र दु:खी आणि निराश झालेले पितामह दुखावलेल्या स्वरात म्हणाले, ‘‘वत्सा, आपल्या पिताश्रींसारखाच तुझ्याजवळही दूरदृष्टीचा अभाव आहे रे. अरे, तू आपल्या कंपनीला कॉर्पोरेट जगतातल्या विनाशाच्या अंधकाराकडे नेतो आहेस. आणि दुर्दैव असं की तुला त्याची पर्वा नाही. माझा सल्ला ऐकशील तर अजूनही संधी गेलेली नाही. पांडवांचं म्हणणं मान्य केलंस तर हे सर्व टळणार आहे. पांडवांनी स्वत:हून तुला ही संधी दिली आहे, म्हणजेच त्यांनाही या कंपनीला विनाशाकडे नेण्यापासून वाचवायचं आहे. बघ, विचार कर. अजूनही तू आमनेसामने बसून त्यांच्याबरोबर बोलून हा प्रश्न सोडवू शकतोस. मी तुला वचन देतो की संचालक मंडळ तुझ्याच बाजूने उभं राहील.’’

धृतराष्ट्राने जेव्हा या विशेष मीटिंगबद्दल ऐकलं तेव्हा त्याने आपला विश्वासू ड्रायव्हर, संजय याच्याकरवी दुर्योधनाला भेटण्यासाठी निमंत्रण पाठवलं. या विषयाला वेगळंच वळण लागलं होतं. दुर्योधन आणि त्याचे इतर भाऊ या वळणाच्या अंताकडे जाण्यापूर्वी त्यांना थोपवणं गरजेचं होतं. त्यांच्याशी बोलून काही पर्यायी मार्ग निघतो का ते धृतराष्ट्राला पाहायचं होतं.

डिनरसाठी दुर्योधन पिताश्रींबरोबर टेबलवर बसला तेव्हा काळजीयुक्त स्वरात धृतराष्ट्राने त्याला सल्ला दिला, ‘‘बेटा, कृपा करून माझं ऐक. भीष्म आणि द्रोण अनुभवी मंडळी आहेत. त्यांचं बोलणं योग्य आहे. तू त्याबद्दल जरा विचार तरी कर.’’

दुर्योधन मातोश्रींनी बनवलेल्या मटण करीचा भुरका मारत जेवणाचा आस्वाद घेत होता. भोजन चविष्ट असलं तरी हा स्वाद मातोश्रींनी बनवलेल्या ‘करी’पेक्षा वेगळा होता. मातोश्रींनी बनवलेल्या सुग्रास पदार्थांची चव कित्येक दिवस जिभेवर नुसती रेंगाळत असायची. ही मटण करी स्वादिष्ट होती, पण तिला मातोश्रींच्या हातची चव नव्हती.

तसंही मातोश्रींनी आपल्या हाताखाली अनेक उत्तम स्वयंपाकी तयार केले होते... पण ममतेचा स्वाद त्यांच्या पदार्थांना कुठून येणार? हं, पिताश्रींनी काहीतरी विचारलं आहे त्याला उत्तर द्यायला हवंच. ''पिताश्री, तुम्ही अजिबात घाबरू नका. संचालक मंडळाने माझ्या मागं ठामपणं उभं राहण्याचं आश्वासन दिलं आहे आपल्याला.''

''हे बघ बेटा, संचालक मंडळाने तुझ्या मागं उभं राहण्याचं नाइलाजाने मान्य केलं आहे. त्यांना हे माहीत आहे की पांडवांना असं आव्हान देणं म्हणजे कंपनीची दुर्दशा करणं. निदान मी म्हणतोय म्हणून आणि तुझ्या या मातेच्या प्रेमाखातर तू भीष्मांचं म्हणणं ऐकून घे. एकदा भेट पांडवांना.''

अतीव चविष्ट सामिष भोजनाने दुर्योधनाच्या चित्तवृत्ती प्रफुल्लित झाल्या होत्या. जेवणानंतर त्याने पिताश्रींनी गेली २५ वर्षं राखून ठेवलेल्या उत्कृष्ट मद्याचा एक प्याला रिचवला होता. त्या मद्याने आपलं काम चोख केलं होतं. दुर्योधनाला खूप हलकं वाटत होतं. आजची रात्रीची निद्रा उत्तम होणार याची त्याला खात्रीच होती. त्यामुळे पिताश्रींनी जेव्हा पांडवांच्या भेटीचा प्रस्ताव त्याच्यासमोर ठेवला तेव्हा चविष्ट भोजन आणि उत्कृष्ट मद्याच्या उन्मादाने हर्षोल्लासित झालेला दुर्योधन आपल्या अर्धोन्मीलित नयनांची उघडझाप करत म्हणाला, ''ठीक आहे पिताश्री. मी पांडवांबरोबर एकदा चर्चा करेन. त्यांना बोलावेन, पण नंतर होणाऱ्या परिणामांना मात्र मी जबाबदार राहणार नाही.'' 'एकच प्याला'चा असर इतका होता तर त्याने आणखी एक प्याला घेतला असता तर ती रात्र त्याला आपल्या पिताश्रींच्या कक्षात काढावी लागली असती. नाही... नाही, घरी तर जायला हवंच. उद्या सकाळी टीमबरोबर त्याला नेट प्रॅक्टिस करायची होती.

दुर्योधनाने धर्मराजाला भेटून चर्चा करण्यासंबंधी एक ई-मेल पाठवली. त्यात त्याने मुद्दाम लगेच दुसऱ्या दिवशीच आपण भेटत असल्याची सूचना दिली. त्याला माहीत होतं की या मेलमुळे पांडवांना विचार करायला अवधीच मिळणार नव्हता. त्यांचे सगळेच बेत साफ फसणार होते. स्वतःच्या चातुर्यावर दुर्योधन अतीव खूश झाला. त्या भरात त्याने आपल्या स्वीय सचिवाला कुरुक्षेत्र नावाची कॉन्फरन्स रूम संपूर्ण दिवसभरासाठी बुक करून ठेवायची ऑर्डरदेखील देऊन टाकली.

मात्र आपला मित्र जे वागत आहे त्याबद्दल कर्ण असंतुष्ट होता. त्याच्या मते दुर्योधनाचं हे वागणं म्हणजे आपली बाजू कमकुवत असल्याचा दाखला देण्यासारखं होतं. पांडवांशी वैर पत्करणं म्हणजे शेअर मार्केटमध्ये आपली पत जोखमीत टाकण्यासारखंच आहे हे जरी त्याला पक्कं ठाऊक असलं तरी तो एकदा पाऊल उचलल्यानंतर पराजयाच्या भीतीने मागे सरणाऱ्यांपैकी मुळीच नव्हता.

"अरे मित्रा, असं आपली बाजू सोडून त्यांच्यासमोर नमणं योग्य नाही. यामुळे आपण त्यांना घाबरतोय हेच दिसून येतं. मी तर भित्रा नाहीये आणि मला पक्कं माहीत आहे की तूही त्यांना भीत नाहीस. हे बघ, आपण त्यांच्या इतकाच फंड जमवू शकतो. त्यांच्यात नि आपल्यात अगदी नव्या पैशाचाही फरक राहणार नाही इतके पैसे आपण नक्कीच उभे करू शकतो. आपण संस्थात्मक कर्ज उभारू शकतो. समुद्रापलीकडे 'बँक ऑफ पेन्टोज' नावाची जी बँक आहे ती आपल्याला कर्ज देण्यास कदाचित तयार होऊ शकेल. त्यांचे इंटरेस्ट रेट जरा जास्त आहेत आणि त्यांची कामाची पद्धत फारशी योग्य नाही हे मला मान्य आहे, पण आपल्याला जे व्याज द्यावं लागणार आहे त्यावर कर वाचवता येईल ना. आणि मित्रा, मी असा विचार करत होतो की आपण याबाबत जर एखाद्या लोकप्रिय मीडियाचा वापर करून घेतला तर त्याचा आपल्याला नक्कीच फायदा होईल. द्रौपदीच्या संदर्भातली हकिकत आपण 'वाइफ स्वायपिंग' सदरामध्ये प्रसिद्धीस आणून त्याला वेगळं वळण लावू शकतो."

"शांत हो कर्णा! अरे किती काम करशील? तुला एका ब्रेकची गरज आहे. चल माझ्यासोबत गोल्फ खेळायला. मला आता छुपे खेळ खेळायचा अगदी कंटाळा आला आहे. लपून वार करायचे आणि हाती काहीच नाही लागायचं हे असलं काम आता मला सहन होत नाही. जर पांडवांना हार पत्करायची असेल तर आपण त्यांना उघड उघड संधी दिलीच पाहिजे."

दरम्यानच्या काळामध्ये दुर्योधनाने पांडवांसाठी 'इंद्रप्रस्थ एअरलाइन'ची कोणतीच तिकिटं मिळू शकणार नाहीत याची काळजी घेतली होती. असं केल्यामुळे त्यांना दुर्योधनाला भेटायला येण्यासाठी काहीतरी दुसरी सोय करावी लागणार होती हे उघडच होतं. कधीकधी अशा छोट्या

गमती करून आयुष्याला मजेदार बनवायचं, ही दुर्योधनाची सवयच होती.

इकडे दुर्योधनाने पांडवांना भेटायला तयार असल्याचं सांगितलेलं असलं तरी धृतराष्ट्राने मात्र सारी रात्र जागून काढली. पुत्रांवर आंधळं प्रेम केल्याचा त्याला आता अगदी पश्चात्ताप होत होता. त्याच्या लहानपणापासूनच्या खोड्यांना वेळीच आवर न घातल्याने ही परिस्थिती उद्भवली आहे, हे त्याला समजून चुकलं होतं. दुर्योधन सहजी हार मानणाऱ्या व्यक्तींपैकी नव्हता, हे धृतराष्ट्र चांगलेच जाणून होता. लहानपणापासून पांडवांविरुद्ध दुर्योधनाने केलेल्या कारस्थानाबद्दल त्याला शासन करायचं सोडून धृतराष्ट्राने त्याला कायमच पाठीशी घालून त्याच्या वागण्याचं समर्थन केल्याचेच हे परिणाम होते. अरेरे! आपल्या या ज्येष्ठ पुत्राला आपण वेळीच आवरायला हवं होतं, या विचारांनी त्याला रात्रभर झोप आली नाही.

पांडुपुत्र भीमाबाबत असाच एक भयानक किस्सा घडलेला धृतराष्ट्राला आता अगदी ठळकपणे आठवला. भीम आणि दुर्योधन ऐन कुमार वयात असताना घडलेली ही गोष्ट. दुर्योधनाला भीमाविषयी पहिल्यापासूनच आकस होता. दोघेही क्रिकेट खेळत असत. भीमाची बॅट प्रत्येक चेंडूवर अशी जोरदार चालायची की त्याने मारलेला चेंडू कमीत कमी १०० मीटर लांब जाऊन पडायचा. टेस्ट मॅचमध्ये पाच दिवस सातत्याने फलंदाजी करण्याचं रेकॉर्ड होतं त्याच्या नावावर. भीमाच्या टीमच्या कॅप्टनने विरुद्ध टीमला फलंदाजी करण्याची संधी द्यायचं ठरवलं तरी भीम तसं कदापि घडू देत नसे. क्रिकेट स्कोअर बोर्डवर तीनच आकडे लिहायची सोय होती म्हणून केवळ त्यांचा धावफलक ९९९ वर थांबत असे.

एकदा दुर्योधनाच्या वाढदिवसाची पार्टी शहराबाहेर असलेल्या पूल साइडच्या हॉटेलमध्ये ठेवली होती. तर या ज्येष्ठ पुत्राने काय करावं? या चिरंजीवांनी आपल्या पिताश्रींच्या झोपेच्या गोळ्यांची सगळी बाटली भीमाच्या खिरीत ओतून रिकामी केली आणि कोणाचंही लक्ष नाही असं पाहून गुंगीत असलेल्या भीमाला त्या पाण्यात दिलं ढकलून. परंतु भीम मात्र तोडीस तोड निघाला. तो क्रिकेटच्या मैदानावर जसं आपल्या कप्तानाचं म्हणणं खोडून काढायचा, त्याचप्रमाणे इथेही त्याने सृष्टीचे

नेहमीचे सगळे आडाखे आणि नियम मोडून काढले.

सुदैवाने मातोश्रींपैकी एकीने भीमाला पाण्यात पडलेले पाहिले आणि तिने त्या पाण्यात उडी घेतली. तो अवजड भीम त्या मातोश्रींना कसला पेलतोय? त्यांनी मग हाकारे पिटले आणि मग अनेक मातांनी त्या पाण्यात स्वत:हून उड्या घेतल्या. सगळ्यांच्या मदतीने भीम वाचला आणि पाण्यात पोहून पार्टीमध्ये ओल्याचिंब झालेल्या मातांना पाहून सगळ्या मुलांना हसूच आले. भीम पाण्यात का आणि कसा पडला हा विषय त्यामुळे बाजूलाच राहिला. पांडवमाता कुंतीला मात्र राहावलं नाही. तिने हा विषय आपल्या थोरल्या दिरांजवळ काढला. दुर्योधन पकडला गेला तेव्हा मात्र त्याने आपण ही गोष्ट न केल्याचच टुमणं लावून धरलं. त्याचं बोलणं धृतराष्ट्राने जर मनावर घेतलं नसतं आणि खोलवर चौकशीचे आदेश दिले असते तर आज कदाचित वेगळं चित्र असतं. त्या वेळेस दुर्योधनाची बाजू घेऊन त्याने कुंतीचाही रोष ओढवून घेतला होता. देवी कुंतीला पाच पुत्र असताना एका पुत्राला वाचवण्यासाठी तिने इतका आटापिटा करावा, याचंच त्याला नवल वाटून राहिलं होतं. पण या वेळेस तो सोयिस्करपणे हे विसरला होता की त्यालादेखील शंभर पुत्र होतेच की!

त्यानंतर वारणावत या त्यांच्या फॅमिली होममध्ये तर याहून भयंकर घटना घडली होती. अर्थातच दुर्योधन नेहमीच पांडवांना आपल्या वाटेतून दूर करण्यास टपलेला असे. त्या हेतूला अनुसरूनच दुर्योधनाच्या शकुनीमामाची ती योजना होती. वाराणवतमधील सुप्रसिद्ध शंकराच्या पूजेच्या वेळेस आपल्या कुटुंबाच्या वतीने पांडवांना पाठवलं जावं असा दुर्योधनाने धृतराष्ट्राकडे आग्रह धरला. धृतराष्ट्राला आपल्या पुत्राच्या आग्रहामध्ये काही विचित्र किंवा चमत्कारिक वाटलं नाही. त्याने दुर्योधनाच्या या आग्रहाला मान्यता देत पांडवांना वाराणवत पूजेमध्ये सहभागी होण्याची गळ घातली. युधिष्ठिराला आपल्या काकाश्रींचा आग्रह मोडवला नाही. त्यांच्या विनंतीला मान देऊन पांडवांनी वाराणवताकडे प्रयाण केलं.

विदुराला मात्र हे सर्वच खटकलं होतं. जणू त्याला आगामी धोक्याची चाहूलंच लागली होती. जसे बॅलन्सशीट मधील एनपीए संदर्भात त्याचे अंतश्चक्षू सजग असत, त्याचप्रमाणे वाराणवतामध्ये

पांडवांना पाठवण्यामागे दुर्योधनाचा काही डाव असावा असा वास त्याला लगेच आला, आणि त्याने आपल्या विश्वासू माणसाला माहिती काढण्यासाठी लगोलग पुढे पाठवले. नक्की काय शिजतंय याची त्याला तातडीने माहिती करून घ्यायची होती. या माणसाने वाराणवताला जाऊन हॉलिडे होमच्या मॅनेजरबरोबर दोस्ती करून त्याला ड्रिंक घेण्यासाठी ऑफर केली. पुरोचन, हॉलिडे होमचा मॅनेजर अशा गोष्टीला भुलणाऱ्यातील एक होताच. त्याने लगेच त्या ऑफरचा स्वीकार केला. विदुराच्या माणसाबरोबर बाहेर जाऊन त्याने दारूचा मनसोक्त आस्वाद घेतला. भरपूर मदिरापान केल्यानंतर अर्थातच त्याला स्वत:ची शुद्ध राहिलीच नाही आणि मग त्याच्याकडून गुपित काढून घेणं काही अवघड नव्हतं. त्याने सांगितलं त्यावरून पांडवांना वाराणवतामध्ये बोलावून झोपेतंच मारण्याचा प्लॅन होता. त्याने सर्व हॉलिडे होमला वास न येणारा मेणाचा बेस असलेला असा रंग दिला होता ज्यामुळे ते हॉलिडे होम अगदी चट्कन पेट घेऊ शकेल. पांडव तिथे पोहोचले की लगेचच त्याच रात्री झोपेतच हॉलिडे होम पेटवून द्यायची पुरोचनाची जबाबदारी होती.

विदुराला ही बातमी समजल्यावर त्याने आपल्या माणसाला पांडवांची व्यवस्थित काळजी घेण्याची सूचना दिली आणि पुढचा प्लॅन ठरवून त्याला कळवला. या प्लॅनप्रमाणे त्या भयानक रात्रीच्या अंधारात जेव्हा वाराणवतामधील लाक्षागृह पेट घेत होतं तेव्हा या विश्वासू माणसाच्या मदतीने पांडवांनी अगदी कोणाच्याही नकळत गुप्तमार्गाने सुखरूप बाहेर पडून स्वत:ची सुटका करून घेतली होती. दूरवरून ते लाक्षागृह म्हणजे पेट घेतलेल्या रावणाच्या लंकेसारखेच दिसत होतं. पांडवांना त्या भयानक आगीमधून वाचवणाऱ्या विदुराचे कोटी कोटी उपकार पांडवांवर झाले होते.

पुढं सारं काही अगदी दुर्योधनाच्या मनाप्रमाणे घडलेलं होतं. सगळ्यांनाच वाटलं की त्या भयानक आगीमध्ये सगळे पांडव जळून खाक झाले. धृतराष्ट्राने वरवर जरी शोक व्यक्त केला तरी तलावातलं पाणी जसं वरवर गरम असलं तरी अति थंड असतं तसं त्याच्या मनातून आनंदाच्या उकळ्या फुटत होत्या. आता दुर्योधनाच्या मार्गातला महत्त्वाचा अडसर दूर झाला होता. त्याचा 'हस्तिनापूर एन्टरप्रायझेस' कंपनीचा सीईओ म्हणून राज्याभिषेक होण्यापासून कोणीही आता थांबवू शकणार

नव्हतं. इकडे पांडव मात्र एकचक्र नावाच्या गावी लपून राहिले आणि द्रौपदीच्या स्वयंवराच्या वेळेस ऐन मोक्यावर प्रकट झाले. त्या स्वयंवराच्या वेळेस पांडवांची ओळख पटली आणि मग धृतराष्ट्र आणि त्याच्या पुत्रांना तोंड दाखवायला जागाच उरली नाही.

दुर्योधन रागाने लाल पिवळा झाला होता. "पिताश्री, तुम्ही म्हणाला होतात की आता येणारे दिवस माझ्यासाठी उत्तम असणार आहेत. मग हे काय घडलं? हे पांडव कुठून प्रकट झाले मध्येच? आता काय करणार आहोत आपण?"

पण अनुभवांच्या शाळेत शिकून तयार झालेले भीष्म आणि गुरू द्रोण यांनी ही सिच्युएशन चांगली हाताळली. त्यांनी धृतराष्ट्राला सल्ला दिला की धृतराष्ट्राने पांडवांचं स्वागत केलं पाहिजे. 'हस्तिनापूर एन्टरप्रायझेस' या कंपनीचे विभाजन करून पांडवांना त्यांचा योग्य तो वाटा दिला पाहिजे. तसाही नुकत्याच घडलेल्या वाराणवताच्या घटनेमुळे आता कौरवांवर मीडियाचा डोळा होताच. मीडियाला यात कौरवांनी काही काळेबेरे केल्याचा आधीच वास आला होता. अशात जर पांडवांना डावललं गेलं असतं तर हे प्रकरण आणखीन चिघळेल हे नक्कीच!

"अरे तुम्ही कंपनीचे डायरेक्टर असून कंपनीचे विभाजन करण्याची सूचना देताच कशी? खरंतर पांडवांना त्यांची जागा दाखवून देण्याची हीच योग्य वेळ आहे. दुर्योधनाला 'हस्तिनापूर एन्टरप्रायझेस' कंपनीचा सीईओ म्हणून आपण आधीच पद देऊ केलं आहे. आता माघार का?" दुर्योधनाचा परममित्र कर्ण अतिशय त्वेषाने आणि संतापाने बोलत होता.

मग पितामह भीष्म यांनादेखील बोलावं लागलं, "कर्णा, अरे किती तुझे हे पोरकट विचार? कसा काय तू अंग राज्य चालवतोस काय माहीत? या वेळेस पांडवांना त्यांचे अधिकार नाकारणं म्हणजे कायद्याच्या चौकटीत कंपनीला खेचण्यासारखं आहे, इतकी साधी गोष्ट तुला समजत नाही का रे? जनतेमधील आपली प्रतिमा मलिन होऊ नये याची काळजी आपणच घ्यायला हवी ना? पण तुझ्यासारख्या माणसाला हे कुठून समजणार? त्यासाठी विचार करावा लागतो."

विदुराने पितामहांना सहमती दर्शवत म्हटले, "या अशा परिस्थितीमध्ये कंपनीचं विभाजन करणं हेच सर्वस्वी योग्य ठरेल. कोणताही अडथळा

न येता आणि टॅक्सचा विचार करून हा निर्णय योग्य पद्धतीने नक्कीच राबवता येईल. तेच अतिशय सयुक्तिक ठरेल या परिस्थितीत.''

इथेही दुर्योधनाने आपली चाल खेळली. शकुनीमामाच्या सल्ल्यानुसार कंपनीची सर्वांत कमी फायदा देणारी डिव्हिजन निवडून तिचं दान पांडवांना करावं असा धूर्त सल्ला त्याने आपल्या पिताश्रींच्या गळी उतरवला. पितामह आणि गुरुवर्य दोघेही या निणर्याने व्यथित झाले होते, पण पांडवानी मात्र हा निर्णय आनंदाने मान्य केला. त्यांनी हा निर्णय आव्हान म्हणून स्वीकारला. कॉर्पोरेट जगतामध्ये या कमी फायदेशीर उद्योगाला सर्वोत्तम उद्योग म्हणून नावलौकिक मिळवून देण्याची त्यांची मनीषा त्यांनी कृष्णाच्या सल्ल्याने उत्कृष्ट पद्धतीने पार पाडली. कृष्ण सल्ला अगदी योग्य आणि परिस्थितीनुसार देत असे, त्यामुळे त्यासाठी करावा लागणारा खर्च जरी अधिक होता तरी पांडवांना तो त्रासदायक वाटला नाही. कृष्ण ज्याच्यामागे उभा असेल तो जीवनात यश मिळवतो याची खात्री त्यांना होती. कृष्णाने 'इंद्रप्रस्थ कंपनी'साठी एक महत्त्वाकांक्षी प्लॅन बनवला आणि त्यामध्ये 'सीएसआर'च्या कार्याला महत्त्व दिलं जाईल याकडे लक्ष पुरवलं.

पाच

कंपनीच्या विभाजनानंतर सर्वांना असं वाटलं होतं की आता वादळ शांत झालं आहे आणि कुरुवंशात आता एकमेकांविषयी स्नेहाची भावना निर्माण झाली असेल. सणसमारंभ साजरे करण्यासाठी कौरव-पांडव एकत्र येतील आणि सौहार्दाचं वातावरण निर्माण होईल. पण असं वाटणं म्हणजे आपल्या हवामान खात्याने वादळाचं भाकीत वर्तवण्याइतकंच चुकीचं ठरलं.

पांडवांच्या नेतृत्वाखाली 'इंद्रप्रस्थ कंपनी' इतकी भरभराटीला आली की याच कंपनीमध्ये नोकरी करावी असंच प्रत्येकाला वाटू लागलं. बिझनेस मॅगझिनमध्ये प्रकाशित होणाऱ्या श्रीमंत उद्योगांच्या यादीत पांडवांच्या 'इंद्रप्रस्थ कंपनी'चं नाव हळूहळू वरच्या क्रमांकावर जाऊ लागलं. एक दशकाच्या अवधीत पांडवांनी पहिल्या पाच क्रमांकाच्या उद्योगांमध्ये आपली वर्णी लावली. खेदाची गोष्ट अशी की या काळात कौरव पहिल्या दहा क्रमांकातदेखील आपली जागा टिकवून ठेवू शकले नाहीत. अभिमानाची गोष्ट म्हणजे संपूर्ण जगातील कॉर्पोरेट क्षेत्रातल्या प्रभावशाली शंभर व्यक्तींमध्ये युधिष्ठिराने जागा पटकावली. 'इंद्रप्रस्थ कंपनी'ने स्पॉन्सर केलेल्या क्रिकेट टीमने 'नॅशनल क्रिकेट लीग'मधील नामवंत प्रस्थापित क्रिकेट टीमवर कुरघोडी करण्यास सुरुवात केली. दरवर्षीच्या क्रिकेट टुर्नामिन्ट सट्टाबाजारातल्या बोली लावणाऱ्या बुकीजसाठी ती सर्वोत्तम कंपनी ठरली.

पांडवांचं हे यश अल्पमती, असंतुष्ट दुर्योधनाला कधीच पेलवलं

नाही. यामुळे तो अधिकाधिक निराशावादी आणि दु:खी होत गेला. दु:शासनाने मात्र ही संधी म्हणून घेतली आणि तो अनेकदा अशा वेळेस दुर्योधनाच्या सर्वोत्तम ऑफिसमध्ये जाऊन स्थानापन्न होत असे. त्या ऑफिसमध्ये त्याने त्याला हवे असलेले बदलही घडवून आणले. आपल्याला हवा तसा एक साठ इंचाचा मोठा इंटरनेट वापरता येण्याजोगा एलईडी टीव्ही आणि शिवाय, घुस्सैन नावाच्या सुप्रसिद्ध चित्रकाराने चितारलेलं एका फीमेल मूव्ही स्टारचं दहा बाय बारा फुटी पेंटिंगदेखील त्याने त्या ऑफिसमध्ये लावलं होतं.

तसा दुर्योधनही क्रिकेट संदर्भात फारसा उत्साही आणि रुची ठेवणारा नक्कीच नव्हता. त्याच्या मनातल्या पांडवांबद्दलच्या दुष्ट भावनांना वाट देण्यासाठी तो क्रिकेटचा वापर करून घेत असे. अशातच मॅच फिक्सिंगच्या अफवेने त्याचा पोटशूळ डोकं वर काढत असे. त्याच्या बॅटिंगच्या स्कोअरची सरासरी घसरतच चालली होती. खरंतर टीममध्ये तिसऱ्या क्रमांकावर खेळणारा उत्तम क्रिकेट वीर म्हणून त्याची गणना होती. तो त्यांच्या टीमचा कणा होता. परंतु सतत घसरत चाललेल्या परफॉर्मन्समुळे आता अश्वत्थामा त्याला नाइलाजाने बॉलर्सच्या आधीच्या म्हणजे नवव्या क्रमांकावर खेळवत असे.

दुर्योधनाला वाचवण्यासाठी आता शकुनीमामा पुढे सरसावला. आता हा खेळ आपल्याला धूर्त पद्धतीने खेळला पाहिजे हे मामाला चांगले उमगले होते. आपल्या सीईओ भाच्याचे विदेशी बँक अकाउंटचे डिटेल हे राजकीय नेत्यांप्रमाणे वृत्तपत्रांसाठी चर्चेचा विषय आताशा राहिले नाहीत हे तो जाणून होता.

" वत्सा, तू अगदीच उदास आणि निराश का बरं दिसतोस सध्या? झालंय तरी काय तुला?"

"मामाश्री, काय सांगू? पांडवांची होणारी भरभराट माझ्या डोळ्यांत सतत सलत राहते. त्यांच्या उत्कर्षामुळे माझा जीव अगदी दु:खी होतो. त्यांच्या वाढत्या संपत्तीने माझ्या काळजाचे पाणी पाणी होते. काय करावं काही सुचत नाही मामाश्री."

"वत्सा, हे चांगलं लक्षण नाही. आपल्या सख्ख्या चुलत भावंडांच्या उत्कर्षाने तू जळावे हे बरे नाही. अरे त्यांनी हे सर्व अगदी शून्यातून उभे केले आहे. तुझ्या पिताश्रींनी तसा त्यांच्या हाती कटोराच ठेवला होता.

पण त्यांनी स्वत:च्या परिश्रमांनी आणि सचोटीने त्याचंही सोने केलं. अर्थात, त्यांचं नशीब त्यांच्या बाजूने होतं असे म्हण तू. अरे, तू नशीबवान आहेस की तुला सर्व काही आयतं मिळालं आहे. त्यासाठी काहीही कष्ट घ्यावे लागले नाहीत तुम्हाला.''

''आता मला या आयत्या गोष्टींचं फारसं कौतुक वाटत नाही. मला त्यांनी उभं केलेलं साम्राज्य माझ्या ताब्यात घ्यायचं आहे. मला अनेकदा वाटतं की त्यांच्यावर चढाई करून ते सर्व आपण 'आपलं' करून घ्यावं. मला जयद्रथ, शिशुपाल आणि सोमदत्त यांचा संपूर्ण पाठिंबा आहे. पांडवांच्या इक्विटी शेअर्सची बोली लावण्याइतकी संपत्ती आम्ही नक्कीच जमा करू शकतो.''

''अरे, तू मूढ आहेस का वत्सा? त्या अवाढव्य अशा 'इंद्रप्रस्थ कंपनी'चे, इक्विटी फंडिंगच्या शेवटच्या राउंडमध्ये जरी व्हॅल्युएशन करायचे म्हटले तरी आपल्याला त्याच्या ५ टक्के स्टेकदेखील मिळू शकणार नाही. तुझे, तुझ्या पार्टनर्सचे सर्व पैसे तर तू गमावून बसशीलच आणि तरीही तुला त्यांच्या कंपनीतली एक बोर्ड सीट देखील मिळू शकणार नाही. उगाच दिवास्वप्न पाहू नकोस. यापेक्षा सोपा मार्ग मी तुला सांगतो.''

''काय सांगता मामाश्री? यापेक्षा सोपा मार्ग? तो कोणता? धर्मराजाला त्याची सर्व संपत्ती आपल्या कर वाचवण्यासाठी निर्माण केलेल्या ट्रस्टमध्ये दान करायला सांगायची की काय!''

''वत्सा, कधीकधी ना पितामह म्हणतात ते मला खरंच वाटू लागतं तुझ्या वागण्यामुळे. त्या अंगराज कर्णाच्या सहवासात राहून तुला अतिशय बालिश कल्पना सुचू लागल्या आहेत. त्यानेच हे असले पोरकट मार्ग तुझ्या डोक्यात भरवले असणार. तो ना, सल्लागार व्हायला पाहिजे होता! अरे वत्सा, माझा प्लॅन यापेक्षा उत्तम आणि सहज अवलंबण्यायोग्य आहे.''

''अस्सं? मग असं करायचं का की त्यांचं विमान आकाशात असतानाच ते उडवून लावायचं? तसंही, सध्या अनेक विमाने रडारच्या कक्षेच्या बाहेर निघून जातात आणि मग त्यांचा ठावठिकाणा लागत नाहीच.''

''स्टॉप इट, वत्सा. मी इथे काही गंभीर गोष्टी बोलतो आहे आणि

तू विनोद कसले करतो आहेस? अजून त्या लाक्षागृहाची आग विझली नाही, तोच तू हा मूर्खपणा परत करायला निघाला आहेस? असं करून तू आपल्याच पायावर धोंडा पाडून घेणार आहेस हे लक्षात ठेव. हे बघ, माझा प्लॅन अगदीच साधा आणि सोपा आहे. आपण त्यांची सर्व संपत्ती एका 'पोकर' गेममध्ये जिंकून घेऊ शकतो.''

''माय गॉड, शकुनीमामा तुम्ही तर अगदी जीनिअस आहात! मानलं बाबा तुम्हाला!''

''मला माहीत आहे की मी जीनिअस आहे. तुला माझे मेन्साचे स्कोअर्स दाखवले पाहिजेत एकदा. पण अडचण अशी आहे की यासाठी तुझ्या पिताश्रींची परवानगी लागेल.''

''त्याची काळजी नको. ते माझ्यावर सोपवा.''

पुढच्या काही दिवसांत दुर्योधन लगेच पिताश्रींच्या घरी जेवणासाठी पोहोचला. पण त्या दिवशी त्याने मातोश्रींनी स्वत: बनवलेल्या स्वादिष्ट खिमा पुलावाचा एक घाससुद्धा तोंडात घातला नाही की नेहमीची आवडती जुनी दारू भरून 'पतियाला' पेगही बनवला नाही. त्याऐवजी त्याने फ्रेश लाइम सोडा मागवला. त्याच्या एकंदर आविर्भावावरून धृतराष्ट्र काय ते समजला. स्वारींचे आता काय बिनसले आहे ते समजायला मात्र काही मार्ग नव्हता.

''पुत्रा, तुझी तहान भूक कशामुळे हरपली आहे? अरे बेटा, इतकी चिंता करू नकोस. प्रत्येक क्रिकेटिअरला कधी ना कधी बॅड पॅचमधून जावंच लागतं. अरे, एखाद्या शाम्पू किंवा कोलासारख्या प्रॉडक्टची जाहिरात कर आणि मग बघ तुझी कारकीर्द कशी उंचावर जाते ते.''

दुर्योधन अतिशय दु:खी स्वरात उद्‌गारला, ''पिताश्री, ते माझ्या काळजीचे कारण नाही आहे. मला पांडवांच्या वाढत्या संपत्तीची काळजी वाटते आहे. मला त्यांचा हेवा वाटतो. त्यांची ही श्रीमंती मी पचवू शकत नाही.''

''पुत्रा, अरे साऱ्या जगाची सुखं तुझ्या पायाशी लोळण घेत असताना तुला तुझ्याच चुलत भावंडांबद्दल असूया वाटते? अरे तू 'हस्तिनापूर एन्टरप्रायझेस'चा सीईओ आहेस. तू मागायचा अवकाश आहे, मग तुला हवं ते मिळू शकतं. अरे, उलट तुझ्या चुलत भावंडांची संपत्ती वाढते आहे याचा तुला आनंद वाटायला हवा. त्यांची संपत्ती ही

तुझीच नाही का?''

''पिताश्री, कधीकधी तुम्ही ना, असे बोलता जसे की एखाद्या सुग्रास जेवणामध्ये खडा यावा. त्या खड्यामुळे ना त्या अन्नाची चव बदलते ना ते नीट खाता येतं. अहो, त्यांच्या संपत्तीने माझा बँक बॅलन्स वाढतोय का? प्रत्येकाने कोणत्याही मार्गाने स्वत:ची संपत्ती वाढवायचा प्रयत्न करायला हवा ना? जे मिळालं त्यातच समाधान मानून राहण्यात काय अर्थ आहे पिताश्री? इंडस्ट्रीचा हा कायदाच आहे.''

धृतराष्ट्र आता काळजीत पडला. ''पुत्रा, आता तू अधिक काही वेडेपणा करायचं तर ठरवलं नाहीस ना?''

''पिताश्री, मी या सुग्रास अन्नातला तो खडा काढून टाकायचा प्रयत्न करणार आहे. जर ते जेवण इतकेच चविष्ट असेल तर मी ते घरी घेऊन जाईन नं.''

''अरे बाबा, कोड्यात बोलू नकोस. तसाही तू तुझे कॉर्पोरेट फंडाज वापरून मला नेहमी सतावत असतोस. आता ही घरी घेऊन जाण्याची हॉटेलची भाषा... मला तर एकही गोष्ट समजत नाही बाबा तुझी.''

''पिताश्री, तुम्ही तुमच्या झोपेच्या गोळ्यांचे डोस कमी करायला हवेत. त्यामुळे तुमचं डोकं काम करू लागेल. अहो, मी काय म्हणतो आहे नि तुम्ही काय बोलताय? झोपेच्या गोळ्या म्हणजे व्हिटामिन सी नाहीत, हव्या तेवढ्या नि हव्या तशा घ्यायला! अहो मी इतकेच सुचवतोय की शकुनीमामा पांडवांना 'पोकर' खेळण्यासाठी बोलवायचं म्हणतोय.''

''बस, इतकंच? तुला पांडवांना पत्ते खेळण्यासाठी बोलवायचं आहे ना? अरे मग त्यासाठी इतकं गोल गोल कशाला फिरवलंस मला? सरळ सांगून मोकळं व्हायचं ना. माझंच चुकलं, तुला लहानपणीच वळण लावायला हवं होतं. म्हणजे तू मला सगळं सरळपणे सांगायला शिकला असतास.''

''म्हणजे पांडवांना 'पोकर'साठी बोलवायला तुमची काही हरकत नाही ना?''

''अरे हो! त्यात काय हरकत असणार? तू इतकं फॉर्मल वागायची गरज नाही. पण हे बघ, तो खेळ तुझ्याच घरी होऊ दे. तुला माहीत आहे की मला लवकर झोप येते. आणि तुम्ही ते खेळ खेळत बसलात

की तुम्हाला अगदी भान राहत नाही. तुझे चुलत भाऊदेखील अशा वेळेस अगदी लहान मुलांसारखे वागतात.''

धृतराष्ट्राची परवानगी मिळाल्यावर लगेच दुर्योधनाने युधिष्ठिराला व्हॉट्सअप मेसेज स्मायली काढून पाठवला,

'पोकर' गेम, नेक्स्ट फ्रायडे, माय प्लेस.

अंगठा उंचावतानाचा स्मायली पाठवून युधिष्ठिराचे होकारात्मक उत्तर आले.

''ब्रिंग द क्वीन, चीअर्स!''

शकुनीमामाने अगदी योग्य चाल खेळली होती. त्याला माहीत होतं की युधिष्ठिराला पत्ते खेळायचं व्यसन आहे. त्याकरता त्याने समुपदेशनदेखील घेतलं होतं. पत्ते हा त्याचा वीक पॉइंट आहे. इतर पांडवांनी युधिष्ठिराचं क्रेडिट कार्डचं लिमिट कमी करून घेतलं होतं आणि त्याच्या लॅपटॉपवरून सर्व पत्त्यांचे खेळ उडवून टाकले होते. 'पोकर'चं एकदा वेड लागलं की माणूस त्याच्या किती आहारी जातो याचं युधिष्ठिर जातिवंत उदाहरण होता.

'पोकर' हा पत्त्यांचा डाव असतो. यामध्ये पैसे किंवा काहीही पणाला लावून खेळलं जातं. कावेबाजपणा किंवा धूर्तपणा हा याचा आत्मा म्हणायला हवा. म्हणजे अर्थातच खेळण्याचं कौशल्य त्यात आलंच की! पत्त्याच्या प्रत्येक हाताबरोबर काहीतरी बेट लावावी लागतेच. हातात जे पत्ते आहेत ते पाहून योग्य चाल खेळावी लागते.

एकाच प्रकारच्या पत्त्यांमधले एक्का, राजा, राणी, गुलाम आणि दश्शी हातात असले, तर त्याला 'रॉयल फ्लॅश' म्हणतात (उदा. किलवरचे सर्व पत्ते). तसंच, एकाच प्रकारच्या पत्त्यांमधले पंजी ते नश्शीपर्यंत पत्ते हातात असतील, तर 'स्ट्रेट फ्लॅश' म्हणतात (उदा. किलवरचे पंजी ते नश्शीपर्यंत पत्ते). पाच पत्त्यांपैकी चार पत्ते एकाच क्रमांकाचे पण वेगवेगळ्या प्रकारचे असतील (उदा. बदाम, इस्पिक, किलवर आणि चौकटचे गुलाम आणि बदाम सत्ती) तर त्याला 'फोर ऑफ ए काइंड' म्हटलं जातं. एक जोडी (उदा. चौकट राजा, किलवर राजा), आणि एकाच क्रमांकाचे तीन पत्ते (बदाम, चौकट, इस्पिक चौवी) असतील तर त्याला म्हणतात 'फुल हाउस'. एकाच प्रकारातले पण वेगवेगळ्या क्रमांकाचे पत्ते असतील (उदा. इस्पिकची दुर्री, तिर्री,

चौवी, पंजी, छक्की इ.) तर ते होतं फ्लश. आणि विविध प्रकारचे पण क्रमाने चढते असलेले पत्ते (उदा. बदाम चौवी, इस्पिक पंजी, किलवर छक्की, चौकट सत्ती इ.) हातात असतील तर त्याला नुसतं 'स्ट्रेट' म्हणतात. 'थ्री ऑफ ए काइंड'मध्ये एकाच क्रमांकाचे तीन पत्ते (उदा. बदाम, चौकट, इस्पिक चौवी) हातात असतात. पुढे मग दोन जोड्या (किलवर, चौकट राजा आणि बदाम, चौकट दश्शी), एक जोडी (इस्पिक, किलवर दुर्री) असे 'पोकर'च्या हातांचे प्रकार आहेत.

युधिष्ठिर या पत्त्यांमध्ये मनाने अगदी गुंतून जात असे आणि शकुनीमामा त्यात पट्टीचा खेळाडू होता. आपलं नशीब अजमावून पाहण्याची ही संधी युधिष्ठिर हातची जाऊ देणार नाही हे शकुनीला चांगलंच माहीत होतं. आणि शकुनीला अपेक्षित तेच घडलं होतं. युधिष्ठिराने सहजच या गेमसाठी होकार दिला होता.

हे समजल्यावर अर्जुनाने इतर पांडवांच्या वतीने लगेच युधिष्ठिराबरोबर संवाद साधण्याचा प्रयत्न केला. "भ्राताश्री, तुम्ही हा गेम खेळण्यासाठी होकार देण्याअगोदर जरा विचार करायचा होतात. तुम्हाला दुर्योधनाचा स्वभाव माहीत आहे. अचानक त्याला आपल्याबरोबर खेळ खेळायचा पुळका का आला असेल? यात त्याचा काही डाव तर नसेल ना?आपल्याला त्रास द्यायचा अजून एक प्रयत्न तर नसेल ना त्याचा हा?"

"धनंजय, अरे आज दुर्योधनाला स्वतःच्या चुकांबद्दल पश्चात्ताप वाटतोय आणि म्हणून तो आपल्याशी चांगले संबंध जोडण्याचा विचार करतोय. हा गेम केवळ निमित्त आहे. त्यामुळे त्याला आपल्याबरोबर सलोख्याचे संबंध प्रस्थापित करायचे असतील तर आपणदेखील त्याला हातभार लावायला हवा ना! त्यामुळे त्याने दिलेलं आमंत्रण मी लगेच स्वीकारलं. आणि मला वाटतं की मी बरोबर केलंय. आपल्या भावंडांशी पुन्हा एकवार चांगले संबंध निर्माण होण्याची शक्यता डावलणं मला बरोबर वाटत नाही." युधिष्ठिराने दुर्योधनाची बाजू घेत अर्जुनालाच समजावले.

अशा प्रकारे अखेर या विश्वाच्या इतिहासातील वन साइड 'पोकर' गेमचा रंगमंच नटला.

युधिष्ठिराला वाटलं होतं की हा एक साधाच 'पोकर' गेम असणार आहे. त्याला अजिबात कल्पना नव्हती की त्याचं सर्वस्व हरण्याची

तयारी ठेवून त्याला दुर्योधनाबरोबर खेळायचं होतं. दुर्योधनाने नो लिमिट टेक्सास होल्ड'म' पोकर खेळण्याचं ठरवलं होतं.

टेक्सास होल्ड'म' पोकर खेळताना, प्रत्येक खेळाडूच्या समोर दोन पत्ते पालथे ठेवले जातात. त्यांना 'होल कार्ड' म्हणतात. पत्ते वाटून झाल्यावर आपले पत्ते पाहून बोली लावली जाते. बोलीची पहिली राउंड झाल्यावर पत्ते वाटणारी व्यक्ती एक पत्ता बर्न करते आणि तीन पत्ते टेबलवर उपडे करून ठेवते. या पत्त्यांना फ्लॅप म्हणतात. पत्ते वाटणाऱ्या व्यक्तीच्या डाव्या बाजूला बसलेल्या व्यक्तीने पुढे बोली लावून खेळ सुरू ठेवायचा असतो.

सुरुवातीला बोली म्हणून फक्त रोख रक्कम लावण्याचं ठरलं होतं. खेळ सुरू झाल्यापासून अल्पावधीतच युधिष्ठिर स्वत:जवळची सर्व रोख रक्कम तर हरलाच, पण त्याच्या भावंडांकडे असलेले सर्व पैसेही तो हरून बसला. मग दुर्योधनाने आपली पुढची खेळी खेळून आपल्या सर्व गाड्या, उत्तमोत्तम पेंटिंग्ज, बंगले, फार्महाउस, याट, कॉर्पोरेट जेट विमाने सर्वच पणाला लावले. व्हायचं तेच घडलं. आताही युधिष्ठिराने आपल्या जवळील उत्तमोत्तम वस्तूंचा खजिना, नवीन स्पोर्ट्स कार्सचं सर्व कलेक्शन, स्वत:ची विंटेज कार, इतकंच नाही तर आपले आणि भावंडांचे सर्व बंगले, फार्म हाउस अगदी सर्वच गमावलं.

आता मात्र अर्जुनाला राहावलं नाही. त्याने युधिष्ठिराला थांबवण्याचा आटोकाट प्रयत्न केला, परंतु युधिष्ठिराला आता खेळाची नशा चढली होती. जे आपण हरलो ते सर्व परत जिंकून घ्यायचेच या इराद्याने तो पुढे खेळतच राहिला. ज्या 'याट'च्या बांधणीसाठी युधिष्ठिराने दिवसरात्र एक केले होते आणि आपली सारी पुंजी आणि जीवदेखील ज्यामध्ये गुंतवला होता ते हरण्याचे दु:ख त्याला पोखरून काढत होते. केवळ खांडवप्रस्थ हे 'लॅन्ड लॉक स्टेट' असल्याने वाचलं होतं.

यानंतर युधिष्ठिराने आपल्या भावंडांचे इंद्रप्रस्थ कंपनीतले इक्विटी शेअर्सदेखील गमावले. आत्ता या क्षणी ते सगळे केवळ या कंपनीमधील कर्मचारी म्हणून उरले होते. सर्व जण गप्प होते. युधिष्ठिर मात्र हिरिरीने खेळतच राहिला. आता त्याने आपला शेअरसुद्धा पणाला लावला.

खरंतर त्याच्याजवळ चांगले कार्ड्स होते. इस्पिक एक्का आणि नश्शी. फ्लॉपमध्ये किलवर आणि बदाम चार आणि इस्पिक राजा

होता. नंतर शकुनीने इस्पिक अठ्ठी खेळली आणि इस्पिक सत्ती रिव्हर कार्ड म्हणून दाखवले. रिव्हर कार्ड म्हणजे फ्लॉपमधलं शेवटचं कार्ड. आता युधिष्ठिराच्या आशा संपुष्टात आल्या होत्या. त्याच्याकडे इस्पिक एक्का, इस्पिक राजा, इस्पिक नश्शी, इस्पिक अठ्ठी आणि इस्पिक सत्ती होती. परंतु दुर्योधनाने फुल हाउस केल्यामुळे इस्पिक राजा, चौकट राजा, किलवर राजा, किलवर चौवी आणि बदाम चौवी सामोरे आले आणि आता युधिष्ठिराला हताश होण्यावाचून गत्यंतर उरलं नाही. आता त्याच्याकडे बोली लावण्यासाठी काहीही शिल्लक राहिलं नव्हतं. तो सर्वस्व हरून बसला होता. हरलेल्या स्वराने तो उद्गारला,

"दुर्योधना, आता हा प्रलंबित खेळ थांबवू या आपण, माझ्याकडे पणाला लावण्यासारखं काहीच शिल्लक राहिलं नाही."

"अरे, नाही कसं?" शकुनीमामा मध्येच बोलले, "अजूनही तुझ्या खजिन्यातला एक हिरा शिल्लक आहे तुझ्याजवळ, तुझी सुंदर पत्नी!..."

सगळ्या पांडवांच्या मनामध्ये प्रचंड खळबळ उडाली. भीम अतिशय त्वेषाने मुठी आवळत ओरडला,"भ्राताश्री, तिच्याबद्दल तुम्ही विचारदेखील करू नका." त्याचा आवेश असा होता की तो आता हा डेक पत्त्यांसकट उधळून टाकेल. परंतु अर्जुनाने त्याला "भीमा, आपलं प्रारब्ध आहे म्हणून हे असं काही आपल्याला ऐकून घ्यावं लागतं आहे," असं म्हणत थोपवून धरलं.

युधिष्ठिर जणू बहिरा झाला होता. त्याला बाजूच्या जगाचं ज्ञानच नव्हतं. आपण काय करत आहोत हे त्याला समजतंच नव्हतं. त्याच भरात त्याने आपली मृगनयनी पांचाली द्रौपदीदेखील पणाला लावली.

त्याच्याजवळ इस्पिकचा राजा आणि गुलाम असणं हे चांगलं लक्षण होतं. सर्व पांडवांनी सुस्कारा सोडला. कम्युनिटी कार्ड्स म्हणून किलवर नश्शी, किलवर राजा आणि बदाम तिर्री आली होती. शकुनी आपली खेळी खेळताना मनातून हसत होता. त्याने इस्पिक पाच घेतले आणि इस्पिक नश्शी ही रिव्हर कार्ड म्हणून वापरली. युधिष्ठिराच्या हातात किलवर आणि इस्पिक राजा, किलवर आणि इस्पिक नश्शी आणि बदाम गुलाम होता. दोन पेअर आणि गुलाम किकर. आता हा खेळ आपल्या हाती आल्यासारखं त्याला वाटत होतं. परंतु दुर्योधनाने त्याच्या जवळील किलवर, चौकट आणि बदामची नश्शी आणि

किलवर राजा आणि इस्पिक राणी दाखवले आणि शो डाउन केला. जेम्स बॉन्डच्या पिक्चरसारखं इथे घडलं होतं, पण ही रिॲलिटी होती. युधिष्ठिर खरोखरी सर्वस्व हरून बसला होता. त्याचे सर्व बंधू हताश नजरेने जमिनीकडे पाहत राहिले. जीवघेणी शांतता पसरली होती तिथे. सर्वस्व हरलेला युधिष्ठिर अगदी गलितगात्र आणि दीनवाणा दिसत होता.

दुर्योधनाने मात्र हर्षाने चीत्कार केला. त्याने दुःशासनाला आपल्या नवीन दासीला आपल्यासमोर घेऊन येण्याची आज्ञा केली.

इकडे द्रौपदी कौरवांच्या बायकांबरोबर रमी खेळत बसली होती. तिने सर्वच डाव जिंकले होते. रमीमध्ये बायकांनी पणाला लावलेले दागिने, विविध आभूषणे हे सर्व आता द्रौपदीच्या मालकीचे झाले होते, त्यामुळे ती खुशीत होती.

''चला मिसेस पांडव, 'पोकर' रूममध्ये तुम्ही असणे आत्ता आवश्यक आहे.'' दुःशासनाने विकट हास्य करत छद्मी आवाजात द्रौपदीला हाक दिली.

''अरे, मला अशी आज्ञा करणारा तू कोण? शक्तिमान भीमाने तुझी ही वल्गना ऐकली, तर तुला तो जिवंत ठेवणार नाही.'' द्रौपदीने चिडून उत्तर दिलं.

''हे पाहा, लगेच निघायचं बघ इथून. आता तुझा तो 'हल्क' आहे ना तो इथे येण्याच्या किंवा तू म्हणतेस तसे काही करण्याच्या परिस्थितीत राहिला नाही. पांडवांनी आपली सारी संपत्ती आणि मानसन्मान घालवला आहे. चल, निघ इथून... तू येत नसलीस तर मी तुला इथून ओढत घेऊन जाईन, समजलं?'' दुःशासनाने चिडून थयथयाट केला.

''मूर्ख, तू मला असे म्हणूच कसे...'' द्रौपदीचे वाक्य संपायच्या आतच दुःशासनाने तिचे मोकळे सोडलेले कुरळे केस आपल्या भक्कम हातात पकडले आणि तिला तो ओढत घेऊन जाऊ लागला. हे नक्की काय घडते आहे याचा कौरव पत्नींना उलगडा होत नव्हता. पण हा धक्का पचवण्यासाठी त्यांनी द्रौपदीने त्यांच्या जिंकलेल्या दागिन्यांमधून आपापले दागिने परत घेतले आणि मनाला शांत करण्यासाठी जीनचे अजून काही पेग रिचवले.

दुःशासनाने द्रौपदीचे केस धरून तिला जवळजवळ फरपटतच

'पोकर' रूमकडे आणले.

"हे काय चालले आहे? तू माझ्याशी असे नीच वर्तन कसे करू शकतोस? माझ्या या सुंदर केसांना अधिक आकर्षित करण्यासाठी मी पार्लरमध्ये किती वेळ आणि पैसा खर्च केला आहे याची तुला काही कल्पना तरी आहे का? सगळ्यावर पाणी फिरवलेस मूर्ख माणसा तू!" द्रौपदी काहीच न सुचून मनाला येईल ते बोलत होती.

"उर्मट स्त्रिये, अगं तुझे पती मूर्ख आहेत. त्यांनी तुलाच बेट म्हणून लावले आणि आता ते हरले... सर्वस्व हरले. आता तू आमची दासी झालीस. आम्हाला हवे तसे तू वागायला पाहिजेस आता. तुझ्याकडून आम्ही आयटम नंबरदेखील करून घेणार."

"हे पाहा, मी काही व्हॅम्प नाही नाचगाणी करायला. काय झालं आहे तुम्हा मंडळींना? असे का वागताय तुम्ही?"

स्वत:चा आयफोन काढत दु:शासनाने दुर्योधनाला विचारले, "भ्राताश्री, सांगा कोणत्या गाण्यावर नाचवायची या द्रौपदीला?"

दुर्योधनानेही लगेच आपला आयफोन काढला. "तुझ्याकडे 'चिकनी चमेली' आहे का? नाहीतर 'शीला की जवानी'ही चालेल." त्याला द्रौपदीचा नाच रेकॉर्ड करायचा होता. ही क्लिप तयार झाली की आपल्या चुलत भावंडांना मान खाली घालायला लावण्याची एकही संधी तो सोडणार नव्हता. द्रौपदीची क्लिप इंटरनेटचा वापर करून व्हायरल करायला तो अगदी उत्सुक होता.

पण काहीतरी बिनसले होते. अपग्रेडचा परिणाम असेल. दु:शासनाचा ब्लू टूथ कामच करत नव्हता. त्यामुळे आयफोनला त्यावरची गाणी वाजवता येत नव्हती. आणि जेव्हा जेव्हा सिस्टिम काम करायची तेव्हा केवळ देशभक्तीपर??? गीतेच वाजत होती. सुरुवातीला वाजले, मेरे वतन के लोगो आणि नंतर सचिन तेंडुलकरचे आवडते गाणे 'मेरा साया साथ होगा...'

सगळा मूड घालवून टाकला या आयफोनने. दुसऱ्या सिस्टिमवर 'नन्हा मुन्ना राही हूँ ...' वाजू लागले, तेव्हा दुर्योधनाने रागाने दु:शासनाचा फोन ओढून घेतला आणि जमिनीवर आदळत त्याचे तुकडे तुकडे करून टाकले. रागारागाने तो उद्गारला, "दु:शासना म्हणून मी तुला सॅमसंगचा स्मार्टफोन घ्यायला सांगत होतो. तू ऐकलेच नाहीस ...भोग आता."

हे सर्व घडत असताना गेलेला मधला वेळ म्हणजे सनी लिओनीच्या 'बेबी डॉल'च्या गाण्यात मध्येच ब्रेक यावा तसंच वाटलं दुर्योधनाला. पांडवांना हरवण्याची नशा खरंच सुरेख होती. या दुःशासनाने सगळा गोंधळ करून टाकला. दुर्योधन पांडवांकडे वळून म्हणाला, "चला, तुम्ही निघा इथून आता. तुम्ही मला माझ्या नजरेसमोरही नको आहात. माझे वकील तुमच्या वकिलांशी बोलून टर्म्स ठरवतील. मी तुम्हाला मोठ्या कालावधीसाठी इथून हाकलून देणार आहे... माझ्यापासून, बिझनेसपासून, तुमच्या जवळच्या लोकांपासून... सर्वांपासून दूर... चला निघा..."

अपमानित होऊन पांडव तिथून निघाले. इंद्रप्रस्थ एअरलाइन्स हातातून घालवून बसल्यामुळे आता परत जाण्यासाठी त्यांना रेल्वेच्या मार्गाचा अवलंब करावा लागणार होता. रिझर्व्ह न केलेल्या डब्यातून खांडवप्रस्थपर्यंत पोहोचणं सोपं काम नव्हतं. भारताचं दुसरं टोक होतं खांडवप्रस्थ. खूप तासांचा प्रवास होता. अर्थात, द्रौपदीला सर्व पांडवांना सुनावण्यासाठी भरपूर वेळ मिळाला असं म्हणायला हरकत नाही. बिचारे पांडव... खाली मान घालून ऐकून घेण्याशिवाय त्यांच्याकडे पर्याय तरी काय होता? इतकंच नाही, तर चिडलेल्या द्रौपदीने, "या तेरा वर्षांत माझ्या अंगाला हातही लावायचा नाही," असेही सुनावले. तेरा वर्ष... किती मोठा काळ...! पाचही जणांसाठी खरंच कठीण कर्म होतं सारं. या तेरा वर्षांनी पांडवांना किती यातना दिल्या असतील याची कल्पनाही करता येणार नाही. त्यामुळे आता तेरा वर्षांनी पांडव पुन्हा मनात धगधगती आग घेऊन परत आले असणार यात शंकाच नव्हती.

सहा

कुरुक्षेत्रामध्ये कॉन्फरन्स होणार आहे, ही बातमी समजल्यापासून कुंतीदेवी बेचैन होती. तिच्या दिराने म्हणजे धृतराष्ट्राने तिला कितीही समजावलं तरी कुंतीला मनातून भीती वाटतंच होती. तिचं तिच्या पुत्रांवर प्राणापेक्षा जास्त प्रेम होतं. त्यामुळे या कॉन्फरन्समध्ये परत एकदा काही अनुचित घडू नये म्हणून तिला काळजी वाटत होती. तिने असं ऐकलं होतं की तिचे पुत्र आता एक घाव दोन तुकडे करायच्या विचारात आहेत. धूर्त कौरवांना हरवणं तितकसं सोपं नव्हतं. या कॉन्फरन्समध्ये काहीही घडू शकेल. कदाचित काही घडणारही नाही. पण कुंतीला सर्वच गोष्टींची काळजी वाटत होती. तिने परमेश्वराकडे सहा वेळेस प्रार्थना केली. होय पाच पुत्रांसाठी आणि एक...

देवी कुंतीला एक विलक्षण इतिहास होता. तिचं व्यक्तिमत्त्व अतिशय आकर्षक होतं. सुंदरता आणि बुद्धिमान व्यक्ती असा मिलाफ असणाऱ्या काही टक्के स्त्रियांमध्ये ती गणली जाई. आपल्या आकर्षक व्यक्तिमत्त्वाने अनेक पुरुषांना, विशेषत: सेलेब्रिटीज तिने अनेकदा मोहित केलं होतं. कुंतीच्या तरुणपणी जेव्हा ती गेम ऑफ फोर्चून नावाच्या टीव्ही शोमध्ये प्रेक्षक म्हणून सहभागी झाली होती तेव्हा त्या शोचा होस्ट एक सुप्रसिद्ध फिल्मस्टार होता. त्याचं व्यक्तिमत्त्व अतिशय प्रभावी होतं आणि बॉक्स ऑफिसवर तो नेहमीच चमकणारा सुपरस्टार होता! अर्थात, व्हायचं तेच झालं! आकर्षक कुंतीने सुपरस्टारला मोहित केलं. दोघांमध्ये या आकर्षणाचा प्रभाव कायम राहिला आणि परिणामी दोघेही एका निसरड्या क्षणी

एकत्र आले. कुंतीला आपल्याला दिवस राहिलेले फार उशिरा लक्षात आले आणि नाइलाजाने त्या अविवाहित मुलीने एका बालकाला जन्म दिला. या बालकामुळे आपलं भविष्य धोक्यात येणार आहे हे जाणवल्यावर कुंतीने त्या नवजात शिशूला, वडिलांचा निपुत्रिक ड्रायव्हर अधिरथ याच्या दारात सोडून दिलं.

पुढे अधिरथ आणि त्याची बायको राधा यांनी या बालकाला आपल्या पुत्राप्रमाणेच वाढवलं. त्यांनी या बालकाचं नाव ठेवलं कर्ण. ड्रायव्हरचा पुत्र म्हणून जरी आपण जन्म घेतला असला तरी आपलं कर्म काही वेगळं आहे आणि आपल्याला खूप वरच्या दर्जाचे काम करायचे आहे, असे कर्णाला सतत वाटत राही. स्वत:चं भविष्य यापेक्षा निराळं आहे याची त्याला आतून जाणीव होत असे आणि आहे त्या परिस्थितीत तो असमाधानी राहत असे. अशात त्याची ओळख सुप्रसिद्ध गोल्फ इन्स्ट्रक्टर परशुराम याच्याबरोबर झाली. त्याच्या ट्रेनिंग प्रोग्रॅममध्ये सहभागी होण्यासाठी कर्णाने आपली खरी ओळख लपवून ठेवली. त्याने परशुरामाला, आपले वडील हे उत्तम ड्रायव्हर आहेत असे सांगितले. परशुरामाला असे वाटले की ते स्वत:ची कार उत्तम चालवतात असे कर्णाला म्हणायचे आहे.

परशुरामाच्या हाताखाली कर्णाची उत्तम प्रगती झाली. कर्णाने सर्व बारकावे शिकून घेतले.

गोल्फ हा असा खेळ आहे जो इतर कुणाबरोबर नाही, तर स्वत:च्याच मनाला जिंकण्यासाठी खेळला जातो. यामध्ये एक खेळाडू गोल्फ कोर्सवर 'ड्रायव्हर','पटर' असे विविध प्रकारचे क्लब वापरून कमीत कमी स्ट्रोक्समध्ये गोल्फचा बॉल होलमध्ये नेऊन ठेवतो. दिसायला वेळखाऊ आणि सहज वाटणारा हा खेळ अजिबातच साधा आणि सोपा खेळ नाही. त्याच्या खेळण्याचं विशिष्ट असं क्षेत्र काही ठरलेलं नसतं. टीइंग ग्राउंडपासून होलपर्यंत वाटचाल असणारा हा खेळ गोल्फ कोर्सवर खेळला जातो, ज्यामध्ये ९ ते १८ पर्यंत होल असू शकतात. प्रत्येक गोल्फ कोर्सची स्वत:ची अशी खासियत असते. या गोल्फ कोर्सवर टीइंग ग्राउंड असते जिथून खेळाला सुरुवात होते. त्याच्या सभोवताली टी एरिया, फेयरवे, रफ आणि इतर अडथळे नैसर्गिकपणे आखले गेलेले असतात. पटिंग ग्रीनच्या सभोवताली हिरवळीची झालर असते

आणि तिथे एक पिन किंवा फ्लॅगस्टिक मिरवणारा आणि गोल्फ बॉल आत जाईल असा एक कप असतो.

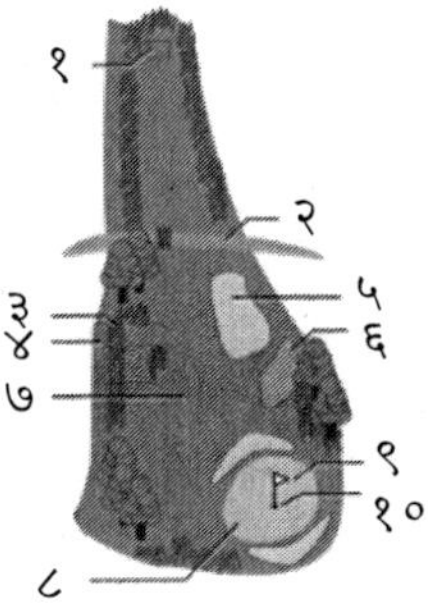

१= टीइंग ग्राउंड	६= पाण्याचा अडथळा
२= पाण्याचा अडथळा,	७= फेयरवे,
३= रफ,	८= पटिंग ग्रीन
४= आउट ऑफ बोंड्स,	९= फ्लॅगस्टिक
५= सँड बँकर्स	१०= होल

कर्णाने अतिशय सजग परिश्रम करून सर्व विद्या शिकून घेतली. त्याने ड्रायव्हिंग रेंजवर अतिशय मन लावून प्रॅक्टिस केली. गरजेनुसार कधी पीच मार्क दुरुस्त करून, तर कधी मैदानावरील गवत इत्यादी नीट करून तो गोल्फचं मैदान व्यवस्थित ठेवायला मदत करत असे. स्वत:ची हद्द सांभाळून तो गोल्फ खेळत असे आणि गोल्फ कार्ट न वापरता तो स्वत:ची गोल्फ बॅग स्वत:च सांभाळत असे. साहजिकच परशुराम त्याच्या अशा वर्तणुकीमुळे प्रभावित झाले होते. परंतु नशिबाची साथ नसेल तर माणूस हतबल होतो, तसंच काहीसं कर्णाच्या बाबतीत घडलं. जसं त्याच्या खऱ्या आईने त्याच्याकडे पाठ फिरवली होती तसंच त्याच्या नशिबाने देखील पाठ फिरवली होती. सगळं काही व्यवस्थित सुरू असताना एक दिवस कर्णाचे वडील अधिरथ त्याला घेऊन जाण्यासाठी आले असताना परशुरामानी त्यांना पाहिलं आणि काय समजायचं ते समजले. आपल्याला फसवले गेल्याची बोच परशुरामांना फारच त्रास देऊ लागली. त्यांचा संताप अनावर झाला आणि मग त्यांनी कर्णाला शापवाणी उच्चारली, "कर्णा, तू मला फसवलंस. त्यामुळे

माझ्याकडून शिकलेल्या गोष्टी तुला उपयोगी पडणार नाहीत. ज्या वेळेस या गोष्टींची तुला नितांत गरज पडेल तेव्हा तुला यातील एकही गोष्ट आठवणार नाही, हा माझा शाप आहे तुला.''

कर्णाने ही गोष्ट फार मनावर लावून घेतली नाही. त्याने आपली गोल्फची प्रॅक्टिस सुरू ठेवली. स्नायूंना एकदा सवय झाली की कोणाच्याही शापाने हा खेळ विसरला जाणार नाही असेच त्याला वाटत होते. आता कौरव-पांडव भेटीमध्ये या गोष्टीची परीक्षा देण्याची वेळ नजीक आली आहे असं त्याला वाटत होतं.

गुरू द्रोणाचार्यांच्या तीक्ष्ण नजरेखाली कौरव पांडवांचं ट्रेनिंग जोरात सुरू होतं. पांडुराजाने संन्यास घेतल्यानंतर धृतराष्ट्र पांडवांचा लीगल गार्डियन झाला होता. त्याला नेहमीच असं वाटे की त्याच्या आणि पांडूच्या मुलांनी केवळ पुस्तकी अभ्यास न करता खेळामध्ये तरबेज होणं आवश्यक आहे. तरुणांचं भवितव्य केवळ क्लासरूम मध्येच घडत नसून मैदानावर त्याला विशेष पैलू पाडता येतात असा त्याचा विश्वास होता. पण नियतीच्या मनात काही निराळंच होतं. धृतराष्ट्राला काय माहीत की याच खेळामुळे पुढे कौरव-पांडव एकमेकांचे कट्टर शत्रू होणार आहेत?

द्रोणाचार्य ट्रेनर म्हणून धृतराष्ट्राला कसे माहीत झाले याची कहाणी कर्णाच्या जन्माइतकीच रोचक आहे. एक दिवस हे सर्व बंधू टेनिस बॉलने गल्ली क्रिकेट खेळत होते. बॅटिंग करणाऱ्याने बॅटने असा जोरात टोला लगावला की बॉल एका मोठ्या पाण्याच्या टाकीमध्ये जाऊन पडला. ही टाकी इतकी मोठी होती की संपूर्ण घराला तिच्यामधून पाणी पुरवठा केला जाई. या टाकीमधून बॉल काढणं तितकं सोपं नव्हतं. मुले बॉल कसा काढता येईल या विचारात बुडली. बॉल काढायचा म्हणजे टाकीत उडी घ्यावी लागणार होती. पांडवांना हे अजिबात करायची इच्छा नव्हती. त्यांना माहीत होतं की त्यांच्यापैकी कोणी पाण्यात उडी मारली की हे दुष्ट कौरव टाकीचे झाकण बंद करायलाही मागे पुढे पाहणार नाहीत. पांडवांनी असंच बुडून मरावं अशी दुर्योधनाची सुप्त इच्छा होतीच!

टाकीतून बॉल कसा काढायचा हा प्रश्न मुलांना पडलेला असताना तिथे एक व्यक्ती आली. परिस्थिती पाहिल्यानंतर ते शांतपणे खेळाच्या

शेडकडे गेले. तिथून त्यांनी लाक्रोसी खेळाची लांब काठी आणली. या काठीच्या टोकाला एल अँगलमध्ये छोटं नेट लावलेलं असतं. या लांबच लांब काठीच्या साहाय्याने त्यांनी पाण्यात पडलेला बॉल अगदी सहजगत्या काढून मुलांच्या हवाली केला. ही गोष्ट पाहून अचंबित झालेल्या मुलांनी धृतराष्ट्राकडे धाव घेतली आणि सगळी हकिकत सविस्तर वर्णन केली. हकिकत ऐकल्यावर पितामह भीष्मांना ही व्यक्ती कोण आहे याचा उलगडा झाला. भारतातल्या घरामध्ये खेळाच्या शेडमध्ये लाक्रोसी खेळाची लांब काठी असणार हे गुरू द्रोणाचार्यांखेरीज कोणाला इतक्या पट्कन जाणवले असते? पितामह भीष्मांनी मग धृतराष्ट्राला ही गोष्ट पटवून सांगावयास अजिबात वेळ दवडला नाही. मुलांना खेळामध्ये प्रवीण करणारा द्रोणाचार्यांच्या इतका परफेक्ट गुरू असूच शकत नाही हे त्यांनी धृतराष्ट्राला व्यवस्थित पटवून सांगितले. अशा रीतीने गुरू द्रोणाचार्य या मुलांचे खेळगुरू झाले.

गुरू द्रोणाचार्यांनी भीम आणि दुर्योधनाला बॅटचे कव्हर ड्राइव्ह, स्क्वेअर कट यांसारखे उत्तमोत्तम स्ट्रोक्स शिकवले. विकेटकीपर आणि थर्ड मॅनला पत्ताही न लागू देता चौकार कशी मारावा, बॅटची पाठ वापरून उलट्या पद्धतीने बॉल कसा टोलवावा, मिड विकेटला चकवून सिक्सर कशी पदरात पाडावी अशा अनेक कळीच्या गोष्टी शिकवत भीम आणि दुर्योधनाला उत्तम बॅटसमन करण्यात त्यांनी कोणतीच कसूर ठेवली नाही. याशिवाय, नॅशनल क्रिकेट लीगचं चित्रीकरण पाहून पाहून हे दोघे अधिकच तयार होत होते.

गुरू द्रोणाचार्यांनी अर्जुनाला गोल्फमध्ये मास्टर बनवले. टी बॉक्सपासून योग्य सुरुवात कशी करावी, फेअरवे किंवा ग्रीनच्या आकाराचा उपयोग करत बॉल पुढे कसा न्यावा, वाळूवर रेघसुद्धा न उमटू देता बॉल हिट कसा करावा, वॉटर किंवा सॅन्डचे अडथळे सहजगत्या कसे पार करावे, पटिंग ग्रीनवर बॉल अगदी अलगद होलमध्ये जाऊन कसा पडेल याचे सर्वोत्तम प्रशिक्षण घेऊन अर्जुन गोल्फ मास्टर झाला.

नकुल आणि सहदेवाला गुरू द्रोणाचार्यांनी टेबल टेनिसमध्ये तरबेज केलं. अर्जुनावर संपूर्ण लक्ष केंद्रित करता यावं म्हणून या दोघांना टेबल टेनिसच्या अनेक गेम्स ते सलग खेळायला लावत. अशा खेळण्यामुळे नकुल, सहदेव आता सलग रिले खेळण्याचे चायनाचे रेकॉर्ड मोडण्याच्या

बेतात होते.

गुरू द्रोणाचार्यांना जेव्हा खात्री झाली की आपले शिष्य आता खेळामध्ये प्रवीण झाले आहेत तेव्हा त्यांनी 'कंट्री क्लब'मध्ये या सर्व शिष्यांच्या खेळाचं प्रदर्शन करण्याचं ठरवलं. हे प्रदर्शन पाहायला संपूर्ण कुरुवंश तर उपस्थित होताच, शिवाय अनेक इतर सन्माननीय खेळाडू, व्यक्ती आणि क्लब कमिटी मेंबर्सही उपस्थित होते. सर्व काही ठरवल्याप्रमाणेच सुरळीत सुरू झालं आणि मार्गीदेखील लागलं होतं. अचानक मध्येच अंधारात सूर्याचा किरण तळपावा तसं कर्णाने आपलं अस्तित्व दाखवण्याचं डेअरिंग केलं. त्याच्या येण्याने सर्व काही डिस्टर्ब होऊन गेलं.

कर्णाला पाहून कुंतीदेवी तर बेशुद्ध होण्याच्याच मार्गावर होती. विदुराचं तिच्याकडे लक्ष गेलं. त्याला वाटले सर्व स्त्रिया नेहमी एअरकंडिशनर असणाऱ्या खोल्यांमध्ये वावरत असतात. बाहेरच्या उन्हात जाण्याची त्यांना कधी गरजच पडत नाही. आज भर उन्हातील या मैदानावर हे प्रदर्शन पाहण्यासाठी या एकत्र जमल्या आहेत. त्यामुळे तर कुंतीला त्रास होत नाही आहे ना?

''मी अर्जुनापेक्षा जास्त चांगल्या तऱ्हेने गोल्फ खेळून दाखवू शकतो.'' कर्णाने अर्जुनाला सहज स्वरात चुनौती दिली. त्याने खेळण्यास सुरुवातही केली. अतिशय सहजपणे आणि सुंदर पद्धतीने त्याने क्लबने बॉल टीवरून सुमारे ३०० यार्ड लांब टोलवला. पुढे २५० यार्ड जाऊन त्याने फेअरवेमध्ये अतिशय सहजतेने बॉल होलमध्ये नेऊन ठेवला.

परशुरामांचा शाप काम करत नाहीये किंवा माझ्या स्नायूंची स्मरणशक्ती उत्तम आहे! कर्णाला आता खात्रीच पटली होती. इकडे कुंतीला मात्र स्वत:वर नियंत्रण ठेवण्यासाठी जीनचा मोठा ग्लास रिचवावा लागला.

कर्णाचा हा पराक्रम पाहून दुर्योधन भलताच खूश झाला.

अतिशय सुंदर! अरे आहेस कोण तू मित्रा? चल, आज आमच्याबरोबर जेवण घेण्यासाठी तू यायलाच हवेस.

माझे नाव कर्ण आणि मी इथे जेवणावळी घालून घेण्यासाठी आलेलो नाही. मी पार्थला गोल्फमध्ये चॅलेंज देण्यासाठी आलो आहे.

होय मित्रा, नक्कीच तू अर्जुनाला चॅलेंज देण्यासाठीच इथे आला आहेस. मग मी तुला ऑफर देतो. हे काम तू माझ्यासाठी कर. मी तुला

याची किंमत द्यायला तयार आहे. शकुनीमामा, कुठे आहात तुम्ही? काय आणि कसे ठरवायचे सांगा तुम्हीच.

इतक्यात क्लब कमिटीचे चेअरमन मधेच म्हणाले, "थांबा, ही नवीन आलेली व्यक्ती क्लबची मेंबर आहे का? जर तो मेंबर नसेल तर त्याला क्लबमधील कोणतीही सेवा वापरता येणार नाही."

कर्ण क्लबच्या आत शिरण्यासाठी वेटरचा वेष परिधान करून फसवून आत आला होता. त्याची बोलती बंद झाली आणि मान खाली झुकली.

"हा प्रश्न आपण इथे लगेच सोडवू शकतो. मी कर्णाला 'अंग प्रायव्हेट लिमिटेड'चा सीईओ म्हणून नियुक्त करतो. आज, अगदी आत्ताच! आता त्याला कॉर्पोरेट मेंबरशिप मिळू शकते." दुर्योधन त्वेषाने उद्गारला.

"दुर्योधना, हे इतकं सोपं आणि सहज नाही. त्यासाठी काही प्रोसिजर आणि पेपरवर्क करावं लागेल. असंच कोणालाही मेंबर होता येत नाही."

"आमचं खानदान गेली कित्येक वर्षं या क्लबचा उपयोग करत आहे, याची थोडी तरी जाणीव ठेवा चेअरमन साहेब. मी या तरुणाची जबाबदारी घेतली आहे. चला, आपण पहिल्या टीपासून सुरुवात करू या."

दुर्योधनाच्या या सांगण्यानंतरही चेअरमन आपल्या मुद्द्यावर ठाम राहिले. "याचं 'अंग प्रायव्हेट लिमिटेड'च्या लेटरहेडवर ॲप्लिकेशन असणं गरजेचं आहे. प्रथम त्याला सीईओ पदाची नेमणूक तर कर. हे बघ दुर्योधना, नियम म्हणजे नियम! तूच म्हणालास ना की तुमचं खानदान गेली कित्येक वर्षं हा क्लब वापरत आहे. मग त्याचे नियम तर तुम्हाला माहीत असलेच पाहिजेत. तुम्हीच जर नियम मोडू लागलात तर कसं व्हायचं? अशा रिक्वेस्ट्स मग इतर मेंबर्सदेखील करू लागतील. ते काही नाही, आपल्याला सर्व प्रोसिजर फॉलो करावीच लागेल."

"तर मग ठीक आहे, मी कर्णाला माझा गेस्ट म्हणून इथे खेळवतो. मगतर झालं ना समाधान आपलं?" दुर्योधन स्वतःचं म्हणणं सोडायला तयार नव्हता.

आता अधिकच स्पष्टपणे चेअरमन म्हणाले, "दुर्योधना तू जर

आपला वेळ नेटमध्ये प्रॅक्टिस करण्यात घालवला असतास तर तुला हा नियम समजला असता की गेस्ट हा गेम फक्त पाहू शकतात, खेळू शकत नाहीत.''

संतापलेल्या दुर्योधनाने नाइलाजाने कर्णाचा हात पकडला आणि आपली बॅट उचलून तो क्लब बारच्या दिशेने चालू लागला.

चला, निदान आताचं संकट तरी टळलं म्हणून कुंतीदेवीने दीर्घ सुस्कारा सोडत हातातल्या जीनचा ग्लास खाली ठेवला. आताचं मरण टळलं खरं, पण कुंतीचा सिक्स्थ सेन्स तिला सांगत होता की नजीकच्या भविष्यकाळात यापेक्षा भयानक काही घडणार आहे. कर्ण आणि पांडुपुत्र आमने सामने येणार. जेव्हा त्यांना एकमेकांचं सत्य उमजेल तेव्हा काय होईल याची तिला कल्पनाच करवत नव्हती.

अखेर झालंही तसंच! कुंतीला वाटलं होतं त्यापेक्षा अधिक लवकर ती वेळ आली. द्रुपद राजाने सुंदर 'पांचाली'चं जेव्हा स्वयंवर जाहीर केलं तेव्हा त्याने स्वयंवरात सहभागी होणाऱ्या सर्व गोल्फ सूटर्ससाठी फार मोठं चॅलेंज ठेवलं होतं.

पांचालचा कंट्री क्लब २४० यार्ड पार थ्री इतका प्रचंड होता. त्याला ग्रीनच्या सभोवताली असलेल्या पाण्याच्या छोट्याशा तळ्यामुळे छान अडथळा निर्माण झाला होता. 'टी'च्या बाजूने ग्रीन पाहिले तर ते एखाद्या मोठ्या डायनिंग टेबलसारखे दिसत असे. ग्रीनला बाजूच्या एकेक पुरुष उंचीच्या सहा बंकर्सनी घेरलेले होतं. सूटर्ससाठी डबल चॅलेंज होतं. सूटर्सनी, होलच्या बाजूला आखलेल्या बारा फुटांच्या वर्तुळात असलेल्या लॅन्डवर बॉल पहिल्यांदा आणायचा आणि नंतर तो पट करून बर्डी मिळवायचा. तसं कठीणंच टास्क होतं ते, कारण सूटर्सना दोनशे चाळीस यार्डामध्ये असलेले चढउतार पार करायला लागायचे.

द्रौपदीच्या सौंदर्याने मोहित झालेल्या अनेक उत्तमोत्तम गोल्फर्सनी स्वयंवराला हजेरी लावून आपल्या कौशल्याचं प्रदर्शन केलं. अर्थात, तिथं उपस्थित असलेले सगळेच काही गोल्फर नव्हते. 'ब्रिक अॅन्ड मॉरटरचे इंडस्ट्रियालिस्ट, विविध ई-कॉमर्स आंत्रप्रनेअर्स, खेळाडू, मूव्ही स्टार्स, म्युझिक डायरेक्टर्स अशा भारतातील नामांकित व्यक्तींनी त्या ठिकाणी आपले नशीब अजमावून पाहिले. नामांकित गोल्फर्स तिथे

उपस्थित असल्याने असं वाटलं होतं की यांच्यापैकीच कोणीतरी नक्की हा गेम जिंकणार. परंतु अशा परिस्थितीमध्ये केलेली भाकितं नेहमीच फसवी ठरतात. गोल्फ न खेळणाऱ्या व्यक्तींनी बॉल पाण्यात टाकत ज्या चुका केल्या त्याच या सुप्रसिद्ध गोल्फर्सनी केलेल्या पाहून सर्वांनाच आश्चर्य वाटलं.

अखेर कर्ण सामोरा आला. त्याचं कौशल्य वादातीत होतं. त्याला पाहून ग्रीनच्या आजूबाजूला उभ्या असलेल्या भावी वरांमध्ये आणि ग्रीनच्या बाजूने प्रेक्षकांसाठी मुद्दाम उभ्या केलेल्या ग्रॅन्ड स्टॅन्डमध्ये हलकेच कुजबुज सुरू झाली. कर्णाने आल्याआल्याच हाती आयर्न ४ घेतली आणि सर्वांनाच आश्चर्याचा धक्का बसला. ड्राइव्हर, हायब्रीड घेण्याऐवजी त्याने आयर्न घेतलेली अगदी लांबवरच्या प्रेक्षकांनीदेखील नोटीस केलं. आणि मग त्या ग्रीनवर सगळीकडे गडबड सुरू झाली. कुजबुज इतकी वाढली की तिथं असलेल्या मार्शल्सना हातातील 'क्वाएट प्लीज'ची प्लाकार्ड्स उंच करून लोकांना शांत बसवावं लागलं.

कर्णाने दोन-चार प्रॅक्टिस स्विंग खेळून पाहिले. आता सभोवताली टाचणी पडली तरी आवाज होईल इतकी शांतता होती. कर्णाने आयर्न वर उचलली, डावा डोळा मिटून फ्लॅगस्टिकच्या खालच्या शाफ्टचा अंदाज घेतला आणि मग पुढे झुकून बॉलला एक जोरदार फटका लगावला. बंदुकीच्या गोळीचा आवाज यावा तसा आयर्नने बॉलला फटका दिल्यानंतर एक आवाज झाला. कर्णाने लगावलेला टोला अतिशय सफाईदार आणि देखणा होता. त्या बॉलबरोबर प्रेक्षकांच्या नजरादेखील फ्लॅगस्टिकच्या दिशेने वळल्या. कर्णानेदेखील बॉलचा मागोवा घेतला आणि योग्य दिशेने तो जात असल्याचे पाहून हलकेच निःश्वास सोडला. परशुरामाचा शाप त्याला भोवला नव्हता तर!

कर्णाने टोलवलेल्या बॉलने ग्रीनवर दोन वेळा उसळी घेतली आणि तो फ्लॅगस्टिकपाशी जाऊन अकरा फूट अकरा इंच लांब असा होलच्या जवळ जाऊन पडला. प्रेक्षकांमध्ये आनंदाचा चीत्कार उमटला त्याची लहर आसमंताला भेदून गेली. कर्णाने शांतपणे आपली आयर्न बॅगमध्ये ठेवली आणि तो 'पटर'च्या दिशेने चालू लागला. आता त्याने पुन्हा आयर्न काढली आणि ग्रीनकडे जायला निघणार तोच द्रौपदीचा स्वर आसमंतात बरसला.

“थांबा! मी एका ड्रायव्हरच्या मुलाशी लग्न करू इच्छित नाही.”

“पांचाली, तू हे बोलण्याची जरा घाई केलीस असं तुला वाटत नाही का? कदाचित त्याला हे जमलं नसतं.”

द्रुपदाला आता काळजी वाटू लागली होती. कदाचित क्लब मेंबर हे ऐकून खवळले असते. पुन्हा एकदा सगळीकडे कुजबुज सुरू झाली.

द्रौपदी मात्र ठाम स्वरात पुन्हा म्हणाली, “मला त्याची पर्वा नाही. मला कोणताही चान्स घ्यायचा नाहीये.”

आता प्रेक्षकांतून मोठमोठ्याने नापसंतीचे स्वर ऐकू येऊ लागले. दुर्योधन आपल्या जागेवरून त्वेषाने उठला आणि रागारागाने द्रुपदाला उद्देशून म्हणाला, “द्रुपदा, तुमची कन्या ‘अंग प्रायव्हेट लिमिटेड’च्या सीईओला असं कसं बोलू शकते? तिला काही मॅनर्स आहेत की नाहीत?”

द्रुपदाला काय बोलावे ते सुचेना. त्याची परिस्थिती अवघड झाली होती. वातावरणाने वेगळाच रंग धारण केला होता. आता प्रेक्षकही उघड उघड नावं ठेवू लागले होते. काही जण तर कर्णाच्या बाजूने ओरडून त्याला पाठिंबा देऊ लागले होते. अशातच एका तरुण दाढीधारी व्यक्तीने त्या गदारोळातच ‘टी’पाशी जात द्रुपदाला विचारलं, “मला आपलं आव्हान स्वीकारण्याची परवानगी द्यावी.” त्याचा चेहरा एकदम आश्वासक होता. तो काय करणार आहे याची त्याला पूर्ण जाणीव असल्याचे भाव त्याच्या चेहऱ्यावर आत्मविश्वासाने प्रकट होत होते.

दुर्योधनाने चिडून उद्दामपणाने विचारलं, “कोण आहे हा तरुण? मी तर त्याला ओळखतही नाही. हे आव्हान केवळ भारतातल्या नामांकित व्यक्तींसाठी आहे ना? मग हा कोण टिकोजीराव इथे येऊन आव्हान स्वीकारण्याची भाषा करतोय?”

जमावानेदेखील दुर्योधनाच्या बाजूने आवाज दिला. तसंही प्रेक्षकांना अशी भांडणे आणि वादावादी पाहाण्याची आवड असतेच म्हणा.

द्रौपदीच्या बंधूने, दृष्टद्युम्नाने लगेच प्रत्युत्तर केलं, “गोल्फचे स्किल असलेल्या कोणालाही या स्वयंवरात सहभागी होता येणार आहे असं आम्ही जाहीर केलं होतं.” दुर्योधनाच्या तोडीस तोड भारदस्त व्यक्तिमत्त्वाच्या दृष्टद्युम्नाने दुर्योधनाच्या डोळ्याला डोळे भिडवत, पण तरुणाकडे न पाहताच म्हटलं, “प्लीज, तुम्ही सुरुवात करू शकता.” आता गर्दीने

पुन्हा एकदा जोरात चीत्कार केला. प्रेक्षकांचा पाठिंबा घड्याळाच्या लोलकासारखा कधी एका बाजूला तर कधी दुसऱ्या बाजूला जात होता.

अर्जुनाने त्याच्या बॅगेतून हायब्रीड ३ बाहेर काढली. प्रेक्षक या कृतीने आश्चर्यचकित झाले. तो तरुण कर्णाकडून क्लबिंग करत होता. त्याने मोजक्याच स्विंग घेत प्रॅक्टिस केली आणि लगेचंच बॉलच्या दिशेने वळत त्याने बॉलला हवेत टोलवलं. नाजूक सुंदरीच्या मानेचा मोठ्याने किस घेतल्यावर होणाऱ्या मृदू आवाजासारखा आवाज तरुणाच्या हायब्रीडने बॉलला टोलवल्यावर आला.

आता गर्दी आपल्या टाचांवर उभी राहत हवेतून जाणाऱ्या बॉलच्या दिशेने माना उंचावून पाहत होती. बॉलबरोबर गर्दीचीही नजर वळत होती. सगळे आता तरुणाच्या बाजूने ओरडत होतं. तरुणाने आपली हायब्रीड अतिशय सुंदररीत्या उजवीकडून डावीकडे टोलवली होती. ती तशीच हवेत धरून ठेवत तो बॉलच्या दिशेने पाहत राहिला. बॉल अलगद ग्रीनच्या उजवीकडे येऊन थांबला. त्याच्या अगदी जवळच तो पुरुषभर उंचीचा बंकर होता. परंतु आता बॉल अशा ठिकाणी येऊन थांबला होता जिथे नैसर्गिकरीत्या उतार तयार झाला होता. त्या उतारावरून बॉल अलगद घरंगळत पिनच्या दिशेने जाऊ लागला आणि इकडे गर्दीचा आरडाओरडा वाढू लागला. अनेक जण तर जागच्या जागी उड्या मारत आनंद व्यक्त करत होते. हे सर्वच खूप चमत्कारिकरीत्या घडत होतं.

खरंतर आता बॉल 'होल'पासून बारा इंचावर येऊन ठेपला होता. असं वाटत होतं की हा तरुण बर्डी घेणार. बॉल होलच्या अगदी जवळ आला आणि तिथेच होलच्या कडेवर बॅलन्स करत काही सेकंद थांबला. आता प्रेक्षकांचा वरचा श्वास वर आणि खालचा श्वास खाली झाला. लोक जोरजोरात ओरडत होते. पुढे काय होणार याची उत्सुकता शिगेला पोहोचली होती. अशाच एका क्षणी होलच्या कडेवर थबकलेला तो बॉल क्षणार्धात होलच्या आतमध्ये गेला.

हे सर्व चमत्कारिक होतं. एकाच फटक्यात 'होल'मध्ये बॉल नेऊ शकणारे फार कमी. क्लबच्या शंभर वर्षांच्या इतिहासात हे केवळ सातव्यांदा घडलं होतं आणि मेंबर नसलेल्या व्यक्तीकडून तर पहिल्यांदाच. आधीच्या सुमारे अर्धा डझन लोकांनी केलेले प्रयत्न आता फोल

झाल्यातच जमा होते. या नवीन तरुणाने सर्वांचं हृदय तर जिंकलं होतंच आणि अर्थातच द्रौपदीचा पणदेखील जिंकला होता.

दुर्योधन आणि कर्ण एकमेकांकडे मूकपणाने पाहत राहिले. प्रेक्षकांतून या तरुणाच्या जिंकण्याचा जल्लोष होत होता. द्रौपदी अभिमानाने पावले टाकत तरुणाजवळ आली आणि तिने सलज्जतेने वरमाला तरुणाच्या गळ्यात घातली. तिने तरुणाला वरमाला घालताना कुजबुजत म्हटलेले 'तू मेरा हिरो' हे शब्द प्रेक्षकांच्या जल्लोषात अलगद विरून गेले.

"माझ्या कन्येला नाट्यपूर्णरीतीने स्वयंवरात जिंकून घेणाऱ्या तरुणा तू आहेस तरी कोण?" आश्चर्यचकित द्रुपदाने पुढे येत तरुणाला प्रश्न केला.

"प्रणाम, मी गांडीवधारी अर्जुन आहे. होय, माझ्या गोल्फ बॅगमधील सर्वांत यशस्वी ड्राइव्हरचं ते नाव आहे. खरंतर मला याचा वापर करायला खूप आवडलं असतं, पण 'पार थ्री'साठी कोणी ड्राइव्हर वापरत नाही म्हणून मला माझं हे अस्त्र भात्यातच ठेवावं लागलं." अर्जुनाने बोलताना आपल्या गोल्फ बॅगमधून बाहेर डोकावणाऱ्या सिंहाचं डोकं असलेल्या वेष्टनातील ड्राइव्हरकडे इशारा केला.

इकडे दुर्योधन आणि कर्णाचा चेहरा पांढराफटक पडला होता. द्रौपदीच्या चेहऱ्यावर मात्र मला हे सर्व आधीच ठाऊक होतं असाच भाव होता.

तर अशा प्रकारे त्या हॉलिडे होमच्या घटनेनंतर पांडवांची ओळख सर्वांना झाली. त्यातूनच नंतर 'हस्तिनापूर एन्टरप्रायझेस'चे विकेंद्रीकरण झालं. तिथून प्रारंभ झालेल्या घटना आता 'कुरुक्षेत्र'पाशी येऊन थांबल्या होत्या. कुंतीने विचार केल्याप्रमाणेच तिच्या दोन्ही गोल्फर पुत्रांना असं आमनेसामने येणं खूप मोठ्या संकटाची नांदी तर नव्हती?

सात

कुरुक्षेत्रामध्ये मीटिंग घेण्याचं ठरल्यानंतर कौरव आणि पांडवांच्या बाजूने जोरदार तयारी सुरू झाली. पांडवांना त्यांचे आर्थिक पाठबळ देणारे सर्व जण तर जमा करायचे होतेच; त्याशिवाय, प्रख्यात वकील नेमणं, इन्व्हेस्टमेन्ट बँकर्सची नेमणूक करणं, उत्तम भविष्यवेत्त्यांची भेट घेणं आणि सर्वांत महत्त्वाचं म्हणजे कृष्णाला आपल्याकडे पुढील काम करण्यासाठी सांगणं अशा अनेक गोष्टी त्यात सामील होत्या. दुर्योधनाकडून ई-मेल आल्यावर युधिष्ठिराने लगेच अर्जुनाला विराटाच्या कॉर्पोरेट जेटमधून महानगराकडे रवाना केलं. त्याला वाटत होतं की अर्जुनाने जेवढ्या लवकर शक्य होईल तेवढ्या लवकर कृष्णाची भेट घेऊन त्याला आपल्या बाजूने बोलण्यासाठी राजी करून घ्यावं. तसं युधिष्ठिराला माहीत होतं की कृष्ण आपल्याला नाही म्हणणार नाही, पण कुणी सांगावं कौरवांनीसुद्धा हाच विचार करून कृष्णाला भेटून स्वतःच्या बाजूने येण्यासाठी राजी केलं तर...!

इकडे दुर्योधनानेही हाच विचार केला. त्याला खात्री होती की पांडव कृष्णाला स्वतःच्या बाजूने वळवतील. कृष्ण आपल्या बाजूला आला तर पांडवांसाठी ते नक्कीच हानिकारक ठरणार होतं म्हणून तोही घाईने कृष्णाला भेटण्यासाठी निघाला. अर्जुन आणि दुर्योधन दोघेही कृष्णाच्या ऑफिसमध्ये एकाच वेळेस पोहोचले. कृष्णाच्या सेक्रेटरीने त्यांना सांगितले की कृष्ण आत्ता एका मीटिंगमध्ये बिझी आहे आणि त्या दोघांना तो लवकरच भेटेल.

अर्जुन आणि दुर्योधन आता वेटिंग रूममध्ये आमनेसामने होते आणि त्यांची फार विचित्र परिस्थिती झाली होती. त्यातून बाहेर पडण्यासाठी दोघेही तिथे ठेवलेली मासिके चाळण्यात वेळ घालवत राहिले. हा मधला काळ फारच भयानक शांततेचा गेला. काय माहीत अजून किती वेळ असे अवघडलेल्या अवस्थेत दोघांना बसायला लागणार होतं? ही शांतता दोघांनाही असह्य झाली होती. शेवटी अर्जुनानेच कोंडी फोडत ऑफ स्टम्पवर एक स्लो बॉल टाकावा तसा किरकोळ प्रश्न अगदी नम्रपणे विचारला, ''भानुमती कशी आहे?''

''हं... छान मजेत आहे. आणि द्रौपदी कशी आहे? सध्या कोणाबरोबर राहतेय ती?''

दुर्योधनाने अर्जुनाचा स्लो बॉल चौकार मारत उडवला.

''सहदेवाबरोबर. तुझी मुलं काय म्हणतात?''

''दोघेही एकदम मस्त. लक्ष्मणकुमार तर त्याच्या काकासारखाच खोडकर आणि बदमाश झालाय. अरे, अभिमन्यू कसा आहे?'' असं दुर्योधनाने म्हटल्यावर अर्जुनाला लक्ष्मण कोणत्या काकासारखा बदमाश झालाय हे विचारावसं देखील वाटलं नाही. तसंही लक्ष्मणाला १०४ काका होते... मग दुर्योधनाला उत्तरादाखल अर्जुन म्हणाला, ''एकदम मजेत. नोर्वेजियन लोकं जसं क्रॉस कंट्री स्कीइंगकरता जिवापाड मेहनत घेतात ना तसा तो गोल्फसाठी वेडा आहे.''

पुढे काय बोलणार? ते बोलणं तेवढ्यावरच थांबलं.

कृष्ण ज्यांच्याबरोबर मीटिंगमध्ये होता ते त्याचे जुनेच प्रथितयश क्लायंट होते. त्यांनी करारपत्रावर सही करेपर्यंत कृष्णाने त्याला आवश्यक तेवढा वेळ घेतलाच. शेवटी व्यावसायिकता महत्त्वाची असतेच ना!

बऱ्याच काळाच्या प्रतीक्षेनंतर अखेर एकदाचा कृष्ण त्यांच्यासमोर प्रकट झाला. त्या दोघांचीही मनापासून क्षमा मागत त्याने दिलगिरी व्यक्त केली. खरंतर सोन्याची खाण असणाऱ्या अशा क्लायंटना इतकं ताटकळत ठेवणं चांगलं नव्हतं!

''जेंटलमन, आय ॲम सो सॉरी. तुम्हाला थांबावं लागलं. चला, आपण माझ्या ऑफिसमध्ये बसू या.''

कृष्णाच्या ऑफिसमध्ये येण्याची परवानगी फक्त स्पेशल लोकांनाच होती. अर्जुन आणि दुर्योधनाला हे ठाऊक होतं की ते दोघेही कृष्णासाठी

फार स्पेशल व्यक्ती आहेत. नाहीतर त्याने सरळ कॉन्फरन्स रूममध्ये चर्चा केली असती.

केबिनमध्ये स्थानापन्न झाल्यावर कृष्णाने विचारले, "मग काय घेणार दोघेही?" दुर्योधनाच्या नजरेने एव्हाना या केबिनचं दृश्य डोळ्यात साठवून ठेवलं होतं. त्याला मनापासून आनंद झाला की कृष्णापेक्षाही त्याची केबिन सुंदर आहे आणि तिचं लोकेशन देखील अप्रतिम आहे. दुर्योधनाला आणि एका गोष्टीचे आश्चर्य वाटल्याशिवाय राहिले नाही की टेक्नॉलॉजीच्या या युगात कृष्णासारखा प्रथितयश व्यावसायिक अजूनही लॅपटॉपऐवजी डेस्कटॉप वापरतोय. खरंतर त्याने टॅब्लेट घ्यायला हवाय आता.

पण हे सगळे विचार दूर सारत तो घाईघाईने म्हणाला, "देवकीनंदना, हे बघ मी इथं काही खायला प्यायला आलेलो नाही. तू नक्की कोणाच्या बाजूने उभा राहणार आहेस ते जाणून घेण्याची आम्हाला उत्सुकता आहे. अर्जुना इतकी क्लोज रिलेशनशिप नसली तरी आपलं नातं कित्येक वर्षांचं आहे हे लक्षात घेऊन तू पार्शियालिटी करणार नाहीस अशी आशा आहे. मीही तुझा मोठा चाहता आहे हेही तू विसणार नाहीस ना?"

"धृतराष्ट्रपुत्रा, तुझं म्हणणं अगदी खरं आहे. तुम्ही दोघेही मला सारखेच प्रिय आहात. तुमच्या दोघांबरोबर मी खूप काळ मजेत व्यतीत केला आहे. तुला आठवतं दुर्योधना..."

कृष्णाचं वाक्य पूर्ण व्हायच्या आत घाईघाईने दुर्योधन म्हणाला, "द्वारकाधीशा, घडून गेलेल्या घटना आठवण्यापेक्षा वर्तमानाकडे आपण लक्ष देऊ या. रोजचा दिवस नवीन असतो आपल्यासाठी आणि या दिवसाच्या महत्तेवर त्याकडे आपल्याला लक्ष द्यायला हवं ना?"

कृष्णाने एक सुस्कारा सोडला, किती उतावीळ आहे हा प्राणी! म्हणूनच त्याचे पिताश्री त्याला कन्ट्रोल करू शकत नाहीत. असो... "ठीक आहे गांधारीपुत्रा, तू म्हणतोस तर तसेच करू या आपण. पण हे पाहा, मी कोणाच्या बाजूने यायचं हे मीच ठरवणं मला खरंच अवघड जाईल. त्यापेक्षा मी ते तुम्हा दोघांवर सोपवतो. मी कॉन्फरन्स रूममधून आलो तेव्हा अर्जुनालाच प्रथम पाहिले आणि तसाही तो तुझा लहान भाऊ आहे तेव्हा सिलेक्शनचा मान त्यालाच मिळायला हवा, होय ना?"

अर्जुनाकडे वळत कृष्ण म्हणाला, "पार्थ, तू सिलेक्शन करण्यापूर्वी तुला महत्त्वाची गोष्ट माहीत असायला हवी की मी तुम्हाला दोन ऑप्शन्स देतो आहे. एक म्हणजे माझ्याकडे असलेली उत्तम काउन्सिलर कन्सल्टंट टीम किंवा मी. मात्र एक लक्षात ठेव, मी या कॉन्फरन्स हॉलमध्ये एक वाक्यदेखील बोलणार नाही. माझा सल्ला तुम्हाला कॉन्फरन्स हॉलच्या बाहेर नक्की मिळेल. पण कॉन्फरन्स हॉलमध्ये बोलणं हा तुम्हा सर्वांचा कौटुंबिक मामला आहे, त्यामुळे मी तिथे गप्प राहणंच पसंत करतो. तो प्रश्न तुमचा तुम्ही सोडवावा असाच माझा आग्रह असेल."

कृष्णाचं बोलणं संपतंय न संपतंय तोच अर्जुन म्हणाला, "केशवा, मी तुझीच निवड करेन."

आता दुर्योधनाला आपल्या भाग्यावर विश्वास बसेनासा झाला, चक्क कृष्णाची उत्तम काउन्सिलर कन्सल्टंट टीम त्याच्या बाजूला येत होती. अशी सुसंधी त्याने मागूनही मिळाली नसती. इथे तर उत्तमोत्तम कन्सल्टंट त्याच्या दिमतीला असणार होते, काळ वेळेचं बंधन न पाळता. आपल्या भाग्याचा हेवा करत दुर्योधन ही आनंदाची बातमी आपल्या पिताश्रींना कळवण्यासाठी शीघ्रतेने निघालाच!

जेवताना कृष्णाने मिस्कीलपणे अर्जुनाला विचारले, "पार्थ, अरे, मी हे तुझ्यासाठी काही मोफत करणार नाहीये. तू माझ्या टीमला सोडून मला का निवडलंस?"

अर्जुनाने देखील मनापासून उत्तर दिले, "केशवा, चेष्टा बाजूला ठेव. मला असं वाटतं की तू माझ्या बाजूला असलास ना की मी सगळं जग जिंकू शकेन. मग कौरव काय चीज आहेत? आणि ही तर केवळ सुरुवात आहे कृष्णा! एकदा 'हस्तिनापूर एन्टरप्रायझेस' ताब्यात येऊ दे, मग त्याचा विस्तार भारताबाहेर करू या आपण. समुद्रापल्याड आपली भरारी घ्यावी आणि तिथल्या जमिनी हस्तगत कराव्या असं मला वाटतं. सगळे मोठे कॉर्पोरेट उद्योग अशीच स्वप्न पाहतात. मग त्यात स्टील, चहा, कार्स आणि काय काय सामील असतं. मला ना 'ॲस्टन मार्टिन'बरोबर करार करायला नक्की आवडेल. मला त्या अत्याधुनिक अद्ययावत रथांचं फार आकर्षण आहे रे."

कृष्णाचे डोळे आनंदाने लकाकले. अर्जुनाची स्वप्नं फार मोठी होती.

आणि का नसावीत ना? कृष्णाच्या मोत्यासारख्या सल्ल्याने हा सारा संसार त्याला मोती असलेल्या शिंपल्याइतकाच देदीप्यमान आणि तेजस्वी वाटत होता. मनाच्या या हिंदोळ्यावर असताना कृष्णाने आनंदाने डेझर्ट म्हणून आंब्याच्या फोडी घातलेले व्हॅनिला आइसक्रीम मागवले. तसाही लहानपणापासून तो गोडघाशाच होता. आईने फार प्रेमाने लावलेल्या मटका दह्याचे वाडगेच्या वाडगे तो सहज फस्त करत असे.

तिकडे कृष्ण आणि अर्जुन अगदी आरामात भोजनाचा आस्वाद घेत असताना इकडे देवी कुंती मात्र आपल्या मुलांच्या भवितव्याच्या शंकेने अगदी कासावीस झाली होती. दिसामाशी तिचा मद्य आणि मादक पदार्थ सेवन करण्याचा कल वाढीस लागला होता. तिला दुपारपर्यंत वाट पाहणं अगदी अशक्य होऊन गेलं होतं. काय करावं म्हणजे तिचे सर्व पुत्र एकत्र येतील हे तिला अजिबात समजत नव्हतं. तसंही, जर तिने कर्णाला पांडवांच्या बाजूने वळवलं असतं तर दुर्योधनाची बाजू अगदी लंगडी पडली असती हेही खरंच होतं की. आपल्या पुत्रांना कुरुक्षेत्रामध्ये स्वतःच्या अधिकारासाठी असं भांडावं लागत आहे, हेच पचवणं तिला अवघड जात होतं. तिच्या काळजात दुःखाचा वणवा पेटला होता. तिने कर्णाला त्याचं सत्य सांगून त्याच्या खऱ्या भावंडांच्या बाजूला यावं असं तिला वाटत होतं. 'हस्तिनापूर एन्टरप्रायझेस'ची चेअरमनशिप कर्णाला देण्यासाठी युधिष्ठिराला पटवून देता येईल. ती काही फार मोठी गोष्ट नव्हती.

मनात काहूर दाटलेलं असताना तिने मोठ्या अपेक्षेने कर्णाला मोबाइलवर फोन लावला. खरंतर त्याला स्काइपवर भेटून हे सर्व समोरासमोर सांगावं असं तिला फार वाटत होतं, पण सायबरस्पेसवर देखील त्याला तोंड दाखवणं कुंतीला अवघड वाटत होतं. अनेक वेळा रिंग केल्यानंतरही कर्णाने जेव्हा फोन उचलला नाही तेव्हा तिची मानसिक अवस्था अधिकच बिकट झाली. कर्णाच्या फोनवर तिचा नंबर 'अननोन' असा येत असल्याने कर्णाने फोन घेण्याचं टाळलं असेल अशी स्वतःची तिने समजूत करून घेतली. 'बी गीज'च्या 'फॉर हूम द बेल टोल्स' ही कॉलर ट्यून ऐकूनही तिचे मन अशांतच राहिले. मग ती मद्याचे मोठे मोठे घोट रिचवत राहिली.

अखेर कर्णाने रिप्लाय केला, ''हॅलो, कर्ण बोलतोय''

कर्णाचा आवाज ऐकून तिच्या काळजाचं पाणी पाणी झालं. कातर स्वरात ती म्हणाली, ''कर्णा, बेटा... कुंतीदेवी बोलतेय.''

कर्णाला हा आश्चर्याचा मोठाच धक्का होता, परंतु तसं न दाखवता तो शक्य होईल तेवढ्या सहज स्वरात म्हणाला, ''मॅडम, कशा आहात तुम्ही? मी तुमच्यासाठी काय करू शकतो?''

कुंतीदेवीने आपल्या आवाजावर काबू ठेवत त्याला संगितले, ''बेटा, मला तुला काही सांगायचं आहे आणि ते खरंच फार महत्त्वाचं आहे.''

''अरे देवा, या माउलीला तिच्या भाच्यांपैकी एखादीचे माझ्याशी लग्न लावून द्यायची तर इच्छा नाही ना? त्यांना हे माहीत आहे ना की नुकतेच माझे ऊरुवीबरोबर लग्न लागले आहे. कर्णाच्या मनात नाना विचार येत होते. तरीही कुंतीचा कातर स्वर ऐकून अतिशय स्निग्ध स्वरात तो म्हणाला, ''बोला ना मॅडम, अगदी नि:संकोचपणे बोला.''

''बेटा, तू ड्रायव्हरचा मुलगा नाहीस. तू सुपरस्टार 'बिग सी'चा पुत्र आहेस.'' एका झटक्यात हे वाक्य बोलून कुंतीने स्वत:ची सुटका करून घेतली, पण महत्त्वाची गोष्ट मात्र दडवून ठेवली.

यानंतर काही क्षण दोन्हीकडे शांतता होती. जणू काही कुंतीदेवीने फोनमधून येऊन कर्णाच्या श्रीमुखात एक जोरदार थप्पड लगावली होती. ''बिग सी... तो बिग सी... सुपरस्टार... मी त्याचा पुत्र आहे? कसं शक्य आहे? नाही. असं कसं होऊ शकतं?''

''बेटा... आर यू देअर?'' कुंतीने काळजीयुक्त स्वरात कर्णाला विचारलं. हा मुलगा चक्कर येऊन खाली पडला तर नाही ना? तसा कुंतीने कोणताच आवाज ऐकला नव्हता, पण तरीही तिला काळजी वाटत होतीच.

काही क्षणांनंतर आवाज आला, ''येस.'' आणि त्याने कळीचा प्रश्न अखेर विचारलाच, ''बिग सी जर माझे पिताश्री आहेत, तर मग माझी माता कोण आहे? सुलेखा?''

खरंतर हे शब्ददेखील त्याच्या तोंडातून फुटत नव्हते. सुलेखा आणि बिग सी यांनी जरी लग्न केले नसले तरी त्यांचे संबंध अगदी जगजाहीर होते. सुलेखा ही पूर्वीच्या काळातली अगदी उत्तम अदाकारा

होती. आणि त्या दोघांचा पुत्र म्हणवून घेण्यापेक्षा त्याला अधीरथाचा पुत्र म्हणवून घेणं कितीतरी चांगलं वाटत होतं. अचानक त्याला जॉन स्नोच्या रांगेत जाऊन बसल्यासारखं वाटलं.

कुंतीदेवीला मात्र सुलेखाचा उल्लेख अगदीच खटकला. त्यामुळे लगेच सत्य जाहीर करणारे शब्द नकळतच तिच्या पडलेल्या स्वरातून उच्चारले गेले, "बेटा, मी तुझी माता आहे."

कर्णाच्या मनावर जोरदार आघात झाला. पहिल्या बातमीपेक्षाही अधिक जहरी असं हे दुसरं सत्य त्याला झेपलंच नाही. पुन्हा एकदा अतिशय राक्षसीपणे आपल्या श्रीमुखात भडकावली आहे असं त्याला वाटलं. तो हेलपाटला. फोन धरलेला त्याचा हात बधिर झाला. नव्हे जाणिवाच बधिर झाल्या होत्या. मी ल्युक स्कायवॉकर झालोय की काय असं त्याला आता वाटू लागलं होतं.

कर्णावर झालेल्या जबरदस्त मानसिक आघाताने त्याच्या तोंडून शब्दच फुटत नव्हता. कुंतीच्या हे लक्षात आल्यावर तिने आपलं बोलणं पुढे सुरू ठेवलं.

"बेटा, तू आपल्या भावंडांबरोबर एकत्र ये. मी तुला वचन देते की ते तुझा अगदी खुल्या दिलाने सन्मान करून तुला सामावून घेतील. या सगळ्या गोष्टींचा तू स्वामी होशील. प्रखर सूर्यासारखे तुझे भविष्य उज्ज्वल असेल. दुर्योधनापासून दूर राहा बाळा, त्याचा पराजय अगदी सुनिश्चित आहे."

हळूहळू कर्णाला कुंतीचे बोलणे उमजू लागले होते. त्याच्या मनात नाना विचारांनी थैमान घातले होते. "तुम्हाला म्हणायचं आहे की मी त्या बिग सीचा पुत्र आहे. मला इथे 'अंग प्रायव्हेट लिमिटेड' चालवण्यासाठी जे कष्ट घ्यावे लागले त्याऐवजी किती सहजतेने मग बॉलिवूडमध्ये प्रवेश मिळाला असता नाही? मी एक स्टारपुत्र म्हणून मिरवलं असतं. माझ्यासाठी खास रोल अगदी दारात हजर झाले असते आणि कित्येक ॲवॉर्ड्स मी सहज खिशात टाकले असते नाही? खरंच माझं आयुष्य किती सुलभ झालं असतं. तुम्ही मला अशा सुंदर जीवनापासून वंचित ठेवलंत. का? कसं करू शकलात तुम्ही हे असं माझ्याबरोबर?" कर्णाच्या शब्दाशब्दांतून अंगार बरसत होता.

"बेटा, बिग सीनेही तुला इतक्या सहजतेने स्वीकारलं असतं की

नाही याबद्दल मला शंकाच आहे. खरंतर मीही त्यांना इतक्या वर्षांत भेटलेली नाहाये.'' तसं भेटण्याची वेळ कधी येईल असं तिला वाटलंदेखील नाही. ''तुझं बॉलिवूडचं स्वप्न हे स्वप्नंच राहिलं असतं बेटा. तू आज तुझ्या क्षेत्रात जे काही मिळवलंस ते इतर कोणाच्या स्वप्नातही नसेल. आम्हा सर्वांना तुझा अभिमान वाटतो बेटा. आता तू आपल्या भावंडांशी हातमिळवणी कर म्हणजे सर्वांचीच स्वप्न साकार होतील.''

''नाही. मी दुर्योधनाबरोबर असे वागू शकत नाही. आज मी जो काही आहे तो केवळ आणि केवळ त्याच्यामुळेच आहे. तुम्ही मला या जन्माव्यतिरिक्त काय दिलेत? कंट्री क्लबमध्ये पार्थाबरोबर मला गोल्फ खेळायला बंदी घातली तेव्हा तुम्ही साधी माझी बाजूदेखील घेतली नाहीत. मी तुमचे काही देणे लागत नाही आता.'' कर्णाने अतिशय ठामपणे आपली बाजू मांडली.

अर्थातच कुंतीदेवीकडे काहीच उत्तर नव्हते त्याच्या या म्हणण्याचे. तिला स्वत:चीच लाज वाटली. त्याचं बोलणं अगदीच खरं होतं. त्याच वेळेस जर कुंतीने कर्णाची बाजू घेतली असती, तर आज त्यांचं कुटुंब ज्या भयानक काळाच्या उंबरठ्यावर येऊन उभं राहिलं आहे तसं काहीच घडलं नसतं.

'मला असं वाटतं आहे की केवळ मी तुमचा पुत्र आहे हे सांगण्यासाठी तुम्ही हा फोन मला केलेला नाही. आता यापेक्षा भयानक आणि प्रखर सत्य खरंतर अजून काय असणार आहे म्हणा?' कर्णाचे शब्द कुंतीचे हृदय जाळत गेले. तिने स्वत:चा श्वास रोखून धरला. आपले म्हणणे कर्णासमोर मांडण्याची हिंमत गोळा करण्यासाठी जीनचा एक मोठ्ठा पेग रिचवावा लागेल असं प्रकर्षाने तिला वाटलं तरीही तिने तो विचार दूर सारला. तिला जे सांगायचं होतं ते तितकंच महत्त्वाचं होतं आणि आता तिला त्यात कोणतंही विघ्न नको होतं.

''तू माझ्यावर एक उपकार कर पुत्रा. मला वाटते की हा सगळा गोंधळ निस्तरण्यासाठी खूप वेळ जाणार आहे. सभेत कोणत्याही प्रकारे मतदान करणे तू टाळावेस. तुझे मतदान न करणे दुर्योधनाला कमकुवत बनवेल. जर हे तुला माझ्यासाठी करायचे नसेल तर निदान सगळीकडे शांती नांदावी म्हणून तरी तू असे वाग.''

कर्ण काही काळ गप्प राहिला. कुंतीला वाटले की त्याला अजून

विनवणी करण्याही गरज आहे. "बेटा, मी तुझ्यापुढे पदर पसरते. या म्हातारीसाठी इतके कर."

कुंतीचे बोलणे मध्येच तोडत कर्ण म्हणाला, "प्लीज मॅम... ब्रिटिश फॅमिलीमध्ये आपल्या आईला मॅम म्हणायची पद्धत आहे." कर्णाने तिचा वारसा चालवला. त्याला कुंतीला 'माता' म्हणणे अवघडच गेले असते.

आणि मग त्याच्या मनात तितक्या वेळात खूप सारे विचार येऊन गेले. हेच सर्व जर कुंतीने आधीच मला संगितले असते तर अगदी बॉलिवूड ब्रेक नाही, पण निदान माझ्या लहान भावंडांना मी 'अंग प्रायव्हेट लिमिटेड'मध्ये आणले असते. आणि मी केवळ गोल्फ खेळण्यावर लक्ष केंद्रित केले असते. पण हा सगळा वेळ नुसता ऑफिसमध्ये गेला. मनातल्या सगळ्या विचारांचे ध्वनी त्याच्या चेहऱ्यावर उमटत होते, पण त्याच्या तोंडून मात्र केवळ तीनच शब्द बाहेर पडले, "मी तसेच वागेन."

मैत्रीने रक्ताच्या नात्यावर मात केली होती. आपल्या मनातल्या विचारांना एकत्र गोळा करत अखेर कर्ण उद्गारला, "पण एक लक्षात ठेवा, हे सर्व जेव्हा संपेल तेव्हा अर्जुन किंवा मी दोघांपैकी एकच पार राउंडमध्ये असेल. आमच्यापैकी एक जण यामध्ये जिंकेल. आमच्या दोघांपैकी कोणीही एक राहिले तरी तसेही तुम्हाला आता आहेत तसेच पाच पुत्र राहतील यात शंकाच नाही."

हे बोलून कर्णाने फोन ठेवून दिला. जे काही तो करत होता ते सगळं त्याने बाजूला ठेवलं आणि तातडीने तो घरी निघून आला. आपल्या घरात असलेल्या बिग सीच्या सर्वच डीव्हीडी त्याने तोडून फोडून टाकल्या. आणि मग बराच उशिरापर्यंत तो ड्रायव्हिंग रेंजमध्ये जाऊन बॉल खेळत राहिला.

आठ

अखेर त्या महानगरातला तो विशेष दिवस उजाडला. कुरुक्षेत्राच्या कॉन्फरन्स रूमच्या मोठाल्या खिडक्यांमधून सूर्याचे कोवळे किरण आत डोकावले. हाउस कीपिंगची टीम कामाला लागली होती. त्यांनी व्हाइट बोर्ड आणि फ्लिप चार्ट बोर्ड नीट लावून ठेवला. त्याच्या बाजूला पर्मनंट आणि इरेझेबल मार्कर्स, पेन्सिल्स, पॅड, मिनरल वॉटर बॉटल, मिंट, कॉफी आणि चहाच्या किटल्या असं सारं काही सज्ज करून ठेवलं.

यानंतर लगेचच दुर्योधनाने हातात स्टारबक्सचा स्पेशल कॉफीचा कप घेऊन हजेरी लावली. त्याच्या पाठोपाठ कॉफीचा दरवळ हलकेच त्या रूममध्ये पसरला. कृष्णाची उत्तम काउन्सिलर कन्सल्टंट टीम म्हणजेच 'नारायणी सेना' आता कोणत्याही क्षणी तिथं अवतरणार होती. आपली बाजू किती भक्कम झाली आहे हे जाणवून त्याला फार मस्त वाटत होतं.

"गुड मॉर्निंग दोस्त! आज आपल्या नूतन भवितव्याचा सुरुवातीचा दिवस उगवला आहे." असं म्हणत दुर्योधनाने कर्णाला अगदी घट्ट मिठी मारली.

कर्णाने आपल्या मित्राकडे हसून पाहिलं. त्याच्यामध्ये आत्मविश्वास ठासून भरलेला अगदी जाणवत होता. आता कर्ण पेचात पडला. आपली बातमी दुर्योधनाला सांगायला हवीच आणि तेही इतर मंडळी त्या रूममध्ये अवतरायच्या आत. दुर्योधन या सगळ्या गोष्टींना कसं

घेईल काहीच कल्पना येत नव्हती. दुर्योधन कर्णाला खरा मित्र मानत असल्याने तो हे सगळं नक्की समजून घेईल अशी कर्णाला आशा वाटत होती. "ऐक ना मित्रा, मला तुझ्याशी फार महत्त्वाचं बोलायचं आहे. काल मला कुंतीदेवींचा फोन आला होता."

दुर्योधन हसत म्हणाला, "आपल्या पुत्रांप्रति दयाळू राहा, असंच सांगायचं असेल देवींना."

"नाही, अगदी तसंच काही नाही रे, त्यांनी मला दोन कारणांसाठी फोन केला होता. त्यांना मला सांगायचं होतं की त्या..." आणि कर्णाचं वाक्य अर्धवट राहिलं कारण तेवढ्यात पितामह भीष्म त्या रूममध्ये आले.

त्यांनी नेहमीप्रमाणेच श्वेतवस्त्रं परिधान केली होती. शुभ्र रंगाच्या डबल कफ शर्टवर तितक्याच शुभ्र रंगाचा डबल पॉकेट वेस्ट कोट त्यांनी घातला होता. त्या वेस्टकोटच्या बटणापासून निघून एक व्हाइट गोल्डची चेन वेस्टकोटच्या एका पॉकेटकडे वळली होती. त्या पॉकेटमध्ये एक व्हाइट गोल्डचे पॉकेट वॉच होते. त्यांचे शूजदेखील व्हाइट फक्स क्रोकोडाइल लेदरचे होते. त्यांना पाहून असं वाटत होतं की जितेंद्रलादेखील शुभ्र वस्त्रांच्या परिधानामध्ये त्यांनी मागं टाकलं असतं.

कर्णाचं वाक्य मध्येच तोडत पितामह म्हणाले, "दुर्योधना, हे सर्व सुरू होण्यापूर्वी मला तुझ्याशी जरा एकांतात बोलायचं आहे."

"पितामह, तुम्ही कर्णासमोर सगळं काही बोलू शकता. आमच्या दोघांत काही सीक्रेट गोष्ट नसते. आमची बलस्थानं आणि कमतरता यांचीदेखील एकमेकांना अगदी छान माहिती आहे."

आता पितामह भीष्म जरासे थांबले. त्यांना कोणालाही दुखावणं किंवा कोणाचा अपमान करणं सहन होत नसल्याने त्यांनी लगेच मुद्द्याला हात घातला. "जशी तुझी इच्छा वत्सा! हे पाहा, मी या रूममध्ये जितका वेळ असेन तितका वेळ चाललेल्या कोणत्याही मौखिक वादविवादात मी पडणार नाही. आणि मला वाटतं की अंगराजांनीसुद्धा तसंच वागावं."

दुर्योधनाने आपल्या हातातला तो सुरेख कॉफी मग खाली ठेवला. जणूकाही होम पिचवर घरच्याच मंडळींनी त्याचा क्लीन बोल्ड केला होता. त्याच्या मांडीतून एक जोरदार कळ आली आणि ती वेदना

त्याच्या मस्तकात गेली.

"पितामह, माझ्या सैन्याला शस्त्रहीन करून काय मिळवताय तुम्ही? हे सगळे तुमच्या लाडक्या पांडवांसाठी करता आहात ना? तुम्ही जन्मभर आमच्यात आणि त्यांच्यात पक्षपात करत आला आहात हे मला माहीत आहे, पण ही योग्य वेळ नाही असं वागायची. आत्ता, या वेळेला तुम्ही असे पक्षपाती कसे होऊ शकता?"

त्याच्या या बोलण्यावर भीष्म पितामह जवळजवळ कडाडलेच, "वत्सा... त्यांच्या आवाजाने कॉन्फरन्स रूमच्या मोठाल्या खिडक्यांची तावदाने देखील हादरली. तू माझ्यावर पक्षपातीपणाचा आरोप करतोस? तुझी हिंमत कशी झाली असं बोलण्याची? तुला हे नक्की माहीत आहे की या कंपनीचा बोर्ड मेंबर म्हणून मी नेहमीच कंपनीच्या बाजूने उभा राहीन आणि माझा या माणसाने आजच्या मीटिंगमध्ये भाग घ्यायला विरोध आहे; कारण त्याला कोणतेच मॅनर्स नाहीत. भूतकाळातदेखील अनेकदा द्रोणांबरोबर आणि माझ्याबरोबरही तो अतिशय उद्धटपणे वागला आहे."

दुर्योधन त्यांच्या बोलण्यावर तेवढ्याच जोरदारपणे उत्तर देण्याच्या मन:स्थितीत होता, पण तेवढ्यात कर्णाने त्याला थांबवलं. "मित्रा, इट्स ऑल राइट. मी या विचारविनिमयात सहभागी नाही झालो तर काय फरक पडणार आहे? आपल्याला पितामह भीष्म यांच्या इच्छेचा आदर केलाच पाहिजे मित्रा. आणि हे बघ, तुम्ही दोघांनी ही कॉन्फरन्स सुरू होण्याआधी आपला मूड खराब करू नये. तुला गरज लागली तर मी अगदी शेजारच्या कॉन्फरन्स रूम मध्येच आहे." असे म्हणून तो कॉन्फरन्स रूमच्या बाहेर निघून गेला. आपल्या अशा बाहेर पडण्याने भीष्म किंवा दुर्योधन यापैकी नक्की कोणाला जास्त आश्चर्य वाटलं असावं, याचाच तो विचार करत राहिला.

तसं म्हटलं तर हे कर्णाच्या पथ्यावर पडलं होतं. पितामह भीष्म यांच्या वक्तव्यामुळे कुंतीदेवींना त्याने जे वचन दिले होतं ते दुर्योधनाला सांगण्याची वेळच आली नव्हती. त्यासाठी तो पितामह भीष्मांचा ऋणी होता. पण एकीकडे त्याला या कॉन्फरन्स रूममध्ये नुसतं बसायची संधीसुद्धा मिळाली नाही म्हणून वाईटही वाटत होतं. त्याला खात्री होती की केवळ त्याचे तिथे असणंदेखील दुर्योधनाला मानसिक ताकद देऊन

गेलं असतं.

शेजारच्या 'हल्दिघाटी' कॉन्फरन्स रूममध्ये जाऊन त्याने आपला लॅपटॉप उघडला. खरंतर त्याला काहीही काम करण्याची इच्छाच उरली नव्हती. त्याने 'टेट्रिस' नावाचं टाइल मॅचिंग पझल डाउनलोड केलं आणि खेळायला सुरुवात केली. पण थोड्याच वेळात त्याला जाणवलं की तो उगाच बोटं इकडेतिकडे फिरवतोय आणि खेळतोय कमी. त्याचं लक्षंच लागत नव्हतं कशात. खरंतर मागच्या स्कोअरपेक्षा जास्त स्कोअर करण्याची चांगली संधी आली होती त्याला... पण...! त्याला वाटलं की एखादं ड्रिंक घेतल्याने जरा बरं वाटेल. अजून दहादेखील वाजलेले नव्हते, पॅन्ट्री उघडली असेल का? त्यांना एक ब्लडी मेरीचा पेग आणून द्यायला सांगावं कां? इथे कंपनीत डायरेक्टर मंडळी ऑफिसमध्ये ड्रिंक्स घेतात की नाही? तसा काही प्रोटोकॉल असला तर? पण खरंतर या प्रश्नांची त्याला काही चिंता वाटत नव्हती.

इकडे मधल्या काळात कंपनीचे इतर डायरेक्टर कॉन्फरन्स रूममध्ये दाखल झाले होते. कॉन्फरन्स टेबलच्या एका बाजूला ते सर्व स्थानापन्न झाले. त्यांच्या मागोमाग 'नारायणी सेना'देखील आली. त्यांना डायरेक्टर्सच्या मागच्या ओळीत बसवण्यात आलं. 'नारायणी सेने'ने आपले लॅपटॉप बाहेर काढले आणि चार्जिंगला लावत वाय फाय कनेक्शन घेऊन अगदी सुसज्ज होऊन बसले. आता केवळ पांडव येण्याचाच काय तो अवकाश होता!

पण कॉन्फरन्स रूमच्या दरवाजातून आत आला संजय. सगळ्यांनाच आश्चर्य वाटलं - हा धृतराष्ट्राचा ड्रायव्हर इथं काय करतोय?

"संजय, तुम्ही माझ्या पिताश्रींचा काही संदेश घेऊन आला आहात का?" दुर्योधनाच्या मनात आलं की पिताश्रींनी या कॉन्फरन्ससाठी शुभाशीर्वाद दिले असावेत. लगेच दुसरा विचारदेखील त्याच्या मनात आला, जो काही फार चांगला विचार नव्हता. पिताश्रींनी शरणागती पत्करून स्वत:चा चेअरमनशिपचा राजीनामा तर दिला नसेल? या विचारांनी त्याला कसंसंच झालं. पण त्याच्या सुदैवाने असं काही नव्हतं.

"सर, आपल्या पिताश्रींनी मला या मीटिंगमध्ये उपस्थित राहून दिवसभराचा वृत्तान्त त्यांना सांगण्याचा आदेश दिला आहे."

संजयला सर्व जण धृतराष्ट्राचा एक निष्ठावंत ड्रायव्हर म्हणून ओळखत होते आणि त्याबद्दल त्याचा आदरदेखील करत होते. गेली अनेक वर्षं तो धृतराष्ट्राच्या सर्व प्रकारच्या गाड्यांचा चालक होता. अगदी धृतराष्ट्राने पहिली मारुती ८०० ही एअर कंडिशन कार घेतली तेव्हापासून तो धृतराष्ट्राच्या सेवेत होता. त्याने या मुलांना लहानाचं मोठं होताना पाहिलं होतं. धृतराष्ट्र नेहमी विनाकारण अगदी आंधळेपणाने कोणत्याही गोष्टीवर संतापत असे. दुर्योधनाला हाच वारसा पुढे लाभला होता. धृतराष्ट्र अगदी छोट्या छोट्या गोष्टींबद्दल नाराज होत असे. अगदी एअर कंडिशन कार असली तरी वळताना हात बाहेर काढून साइन द्यायलाच पाहिजे हा त्याचा शिरस्ता होता. त्याबद्दल तो नेहमीच आग्रही असे. अशा माणसाची इतकी वर्षं सेवा करणं ही काही चेष्टा नव्हती. त्यामुळे सर्वच जण संजयचा आदर करत असत.

"कोणाला आक्षेप नसेल तर संजयना इथे थांबण्याची परवानगी देऊ या का आपण?" दुर्योधनाने विचारलं. अर्थातच कोणाला काही आक्षेप असण्याचं कारणंच नव्हतं.

संजयने मग खोलीच्या कोपऱ्यात एक खुर्ची ओढून घेतली आणि त्या सर्वांमध्ये सामावून जाण्याचा प्रयत्न केला. त्याने आपला सेलफोन काढला. जणू तो सायलेंट मोडवर ठेवण्यासाठी त्याने हातात घेतला आहे असे जरी दर्शवले तरी त्याने तो म्युट करून स्पीकरवर टाकून ठेवला. त्याच्या मालकांना तिथे मीटिंगमध्ये बोलला गेलेला शब्द न् शब्द ऐकायचा होता. संध्याकाळपर्यंत धृतराष्ट्राला तरी कुठे धीर धरवणार होता? एकाच नेटवर्कमधील सेलफोनचे कॉल्स फ्री असल्याने हा अतिशय सोपा मार्ग त्याने शोधून काढला होता. संजयने मग त्याची आज्ञा प्रमाण मानून फोन स्पीकरवर टाकून आपल्या शर्टच्या खिशात ठेवून दिला.

अखेर पांडवांचं आगमन झालं. ते केवळ पाच जण आणि सोबत कृष्ण अशी ही इतकीशीच फौज पाहून दुर्योधनाला खूपच आश्चर्य वाटलं. तो कुत्सितपणे म्हणाला, "अरे वा! फारच आत्मविश्वास दिसतोय स्वत:बद्दल तुम्हाला."

या चिडवण्याच्या आमिषाला युधिष्ठिर तर बळी पडला नाहीच, पण कोपिष्ट भीमदेखील शांतच राहिला. सकाळी भीमाला पांडवांनी

लस्सीचे गॅलनच्या गॅलन रिचवायला लावले होते आणि त्याला थंड राहण्याबद्दल बजावलं होतं. पांडवांना विनाकारण कोणतेही विघ्न नको होते.

"हा जनार्दन आमच्या बाजूला असल्यावर आम्हाला इतर कोणाचीही आवश्यकता नाही." युधिष्ठिराने शांतपणाने उत्तर दिलं.

"छान आहे, तर मग स्वत:चा अंत पाहण्यासाठी तयार राहा," दुर्योधनाने थेट वार करत म्हटलं. "मग करायची का सुरुवात?"

आता कुरुक्षेत्राच्या त्या कॉन्फरन्स हॉलमध्ये दोन्हीही बाजू आमनेसामने आल्या होत्या. दोघांच्या वादामुळे या रूमचा मच्छीबाजार होणार नाही, याची काळजी घेण्यासाठी काही नियम ठरवून घेणं फार आवश्यक होतं.

मग एकेक गोष्ट ठरवून घेतली गेली.

- एखादी व्यक्ती बोलत असताना त्याचे शब्द कितीही दुसऱ्याला त्रासदायक वाटले तरी एका वेळेस एक जणच बोलेल.
- तो बोलत असताना मध्ये कोणीही बोलणार नाही.
- त्याचे बोलणे पूर्ण होऊ दिले जाईल.
- सगळ्यांनाच बोलण्याची संधी दिली जाईल आणि सगळ्यांचा सल्ला विचारात घेतला जाईल.
- कृष्णाच्या 'नारायणी सेने'ला जेव्हा बोलायला संगितले जाईल तेव्हाच ती तिचे मत व्यक्त करेल.
- राग, द्वेष, संताप, चीड किंवा व्यक्तिगत शेरे व्यक्त करायचे नाहीत.
- अल्कोहोलिक बेव्हरेजेस टाळावेत. त्यामुळे मन आणि बुद्धी दोन्ही ताब्यात राहून मीटिंग व्यवस्थित पार पडेल.
- चहा-कॉफीसाठी नेहमीचे ब्रेक घेतले जातील.
- रोज सूर्यास्तानंतर मीटिंग थांबवली जाईल.
- 'नारायणी सेने'ने कितीही भडकावायचा प्रयत्न केला तरी उन्मत्तपणे वागणाऱ्याची गय केली जाणार नाही.

असे सर्व नियम ठरले आणि आता भीष्म पितामह मीटिंग सुरू करण्यासाठी बोलायला उभे राहणार तेवढ्यात अर्जुन मध्येच तिथून उठला आणि हॉलच्या बाहेर निघून गेला. सगळ्यांनाच याचं खूप

आश्चर्य वाटलं. तो कॉन्फरन्स रूमच्या बाहेर पडला आणि तिथून थेट 'हल्दिघाटी' कॉन्फरन्स रूममध्ये शिरला. तिथे त्याला कर्ण दिसला. कर्ण त्याला सांगणार होता की अर्जुन चुकीच्या रूममध्ये शिरला आहे आणि त्याला हवी असलेली कॉन्फरन्स रूम शेजारीच आहे. पण त्याला काहीच बोलायची संधी न देता अर्जुनाने चुकून या रूममध्ये शिरल्याबद्दल कर्णाची क्षमा मागितली आणि तो त्वरेने 'प्लासी' कॉन्फरन्स रूमकडे निघून गेला. तिथे एका खुर्चीवर त्याने स्वत:ला झोकून दिलं, टाय लूझ केला आणि दमल्यासारखा त्या खुर्चीवर तो बसून राहिला. त्याला फारच अस्वस्थ वाटून घाम येऊ लागला होता. तो एकंदरच सगळ्या प्रकारामुळे इतका अस्वस्थ झाला होता की कर्ण कॉन्फरन्समध्ये समाविष्ट का नाही, हा विचारही त्याच्या मनाला शिवला नाही.

अर्जुन बाहेर पडला तेव्हा लगोलग कृष्णही त्याच्यामागे धावला आणि संजयदेखील. दुर्योधनाने आपलं कपाळ घट्ट पकडून ठेवलं. आता पुन्हा ही मीटिंग पुढे ढकलली जाते की काय, या विचाराने तोही अस्वस्थ झाला.

कृष्ण अर्जुनाला शोधण्यासाठी जेन्ट्स वॉशरूमकडे निघालाच होता तितक्यात त्याला 'प्लासी' कॉन्फरन्स रूममध्ये बसलेला अर्जुन दिसला. "पार्थ, तुला बरं वाटत नाही आहे का? तुला पुदीनहरा देऊ का? अरे अशा परिस्थितीमध्ये पोटात गोळा येणं अगदी स्वाभाविक आहे."

पाठोपाठ आलेल्या संजयनेदेखील लगेच विचारलं, "सर, मी काही आणू का तुमच्यासाठी?" कृष्णाने संजयकडे दुर्लक्ष करून अर्जुनावर लक्ष केंद्रित केलं.

अर्जुनाने काहीच न बोलता मिनरल वॉटर बॉटलमधलं पाणी घटाघटा प्यायलं. यापेक्षा काही स्ट्रॉंग मिळालं असतं प्यायला तर बरं झालं असतं, असा विचार त्याच्या मनात डोकावून गेला. त्याची अस्वस्थता वाढत चालली होती आणि शरीर घामाने डबडबलं होतं. स्ट्रोकची तर ही लक्षणं नाहीत ना? आता कृष्णाला अर्जुनाची काळजी वाटू लागली. काल तर अर्जुन एकदम नॉर्मल दिसत होता की! निराशेची किंवा तणावाची कोणतीच लक्षणं त्याच्यामध्ये दिसत नव्हती. मग आज काय झालं आहे?

"केशवा, मी हे सगळं नाही करू शकत रे बाबा. माझ्याच

कुटुंबाच्या विरोधात लढायचं तरी कसं? त्यातून पितामह भीष्म आणि गुरुदेव विरुद्ध बाजूला बसलेले असताना तर नाहीच शक्य काही. हे बघ, मी त्यांना देवापेक्षा जास्त मानतो. त्यांनी मला आयुष्याचे महत्त्वाचे पैलू शिकवले आहेत. आपल्या कर्माशी गोल्फच्या गेमचं रूपक किती समर्पकपणे त्यांनी मला पटवून दिलं होतं. आपल्या आयुष्यातला प्रत्येक क्षण आपल्याला हवा तसा खेळायला मिळत नाही, त्या त्या क्षणाची योग्यायोग्यता पाहून तो खेळायचा असतो हे त्यांनीच मला शिकवलं. ज्यांनी मला आयुष्याच्या वाटेवरून कसं चालायचं हे शिकवलं त्यांनाच आव्हान कसं देऊ रे मी?'' अर्जुनाने आपली शस्त्रं खाली टाकून दिलेली स्पष्ट दिसत होती.

कृष्णाने मोठा नि:श्वास सोडला. सल्लागाराचं काम कधीच संपत नाही हेच खरं! ''पार्था, आता तू जरा ओव्हर रिॲक्ट करतो आहेस असं वाटत नाही का तुला? ऐक माझं, हे पाणी पी आणि शांत हो.''

''मला प्लीज व्होडका मिळेल का? अर्जुनाने संजयकडे पाहत विचारलं. जरी संजयने स्वत:हून काही आणू का म्हणून विचारलं असलं तरी आत्ता या क्षणी त्याला इथून बाहेर जाण्याची इच्छा नव्हती. धृतराष्ट्राला सगळंच्या सगळं संभाषण ऐकायला मिळायला हवं असं त्याला वाटत होतं. त्याला या पेचातून कृष्णाने सोडवलं. ''नाही, ते नियमांच्या विरुद्ध होईल पार्था.''

''पण मला आता 'कुरुक्षेत्रा'मध्ये सहभागी व्हायचं नाहीये. त्यामुळे हे सगळे रूल्स माझ्यासाठी लागू होतच नाहीत. मला असं वाटतं की त्यांचा बार हा डायरेक्टरच्या लाउंजमध्ये आहे.''

''पार्था, लहान मुलासारखं वागू नकोस. तुझं लक्ष आता या क्षणी तुला सोपवलेल्या कामावर असायला हवं. हे बघ, तुला काही शंका असतील तर मला विचार, मी नक्की विषद करून सांगेन तुला. पण हे काय तुझं बोलणं? तू तुझ्या कर्मापासून दूर पळतो आहेस. तू आत्ता कुरुक्षेत्रात असणं हेच तुझं कर्म आहे आणि तेच तुला करायला हवं. आपण सगळेच जीवन-मृत्यूच्या फेऱ्यामध्ये अडकलेले आहोत, पण आत्मा अमर असतो. आत्मा केवळ शरीर बदलतो. निरनिराळ्या जन्मामध्ये विविध प्रकारची नेमून दिलेली कार्य करणं हेच आपलं प्राक्तन असतं. या जन्म-मृत्यूच्या फेऱ्यामधून सुटका करून घ्यायची

असेल ना, तर हे प्राक्तन भोगलं पाहिजे पार्थ. यानेच तर मुक्ती मिळणार आहे. स्वार्थी विचार करत राहिलं ना तर या जन्म-मृत्यूच्या फेऱ्यातून कधीच सुटका होणार नाही.

हे बघ, नि:स्वार्थीपण, सेवा आणि ध्यान याचा प्रयोग करूनच ही निवृत्ती मिळू शकते वत्सा. या तिन्ही गोष्टींमुळे योग घडतो आणि मुक्ती मिळते. खऱ्या दैवी मानवाचं एक महत्त्वाचं लक्षण असं आहे की, तो कधीही केवळ ऐहिक मालमत्तेचा त्याग करत नाही किंवा नुसताच निवृत्ती घेत नाही, तर उलट त्याला नेमून दिलेलं काम चोखपणाने करून देवाच्या ठिकाणी आपली सेवा रुजू करतो आणि मानसिक शांतता प्राप्त करतो. म्हणजेच वत्सा, माणसाने रज, तम आणि सत्त्व या तिन्ही गुणांच्या सापळ्यात न अडकता राग, अहंकार, अज्ञान, अंधकार, सुसंवाद आणि पावित्र्य या सर्वच गोष्टींचा त्याग करायला हवा.

स्वार्थी भावनेचा त्याग केल्यामुळे आणि आपल्या कर्माला नितांत श्रद्धेने निभावल्यामुळे ध्यानाच्या सर्वोच्च पदाला पोहोचता येतं. माझ्या म्हणण्याचा अर्थ असा की ध्यानाच्या अत्युच्च पदाला गेल्यामुळे देव ज्यांना भेटतो अशा व्यक्तींची जन्म-मरणाच्या फेऱ्यातून सहजतेने सुटका होऊ शकते बरं का आणि अशी मंडळी मृत्युसमयी स्वत:लाच भेटू शकतात.''

अर्जुन अधिकच निरुत्तर झालेला वाटत होता. किती संदिग्ध बोलत होता कृष्ण. आता या क्षणी त्याला तर काहीच समजत नव्हतं तो काय बोलतो आहे ते. त्याची अस्वस्थता निघून जावी म्हणून कृष्ण असंच काहीबाही बोलून त्याला कन्फ्यूज करतो आहे असं त्याला वाटत होतं. तो विलक्षण बावरून म्हणाला, ''केशवा, तू काय बोलतो आहेस मला काहीच समजत नाहीये.''

''थांब, मी तुला या जगाचं ज्ञान घडवतो म्हणजे तुला हे सगळं समजून येईल.'' कृष्णाच्या या वाक्याने तर अर्जुनाला आणखीच गोंधळात पाडलं. या जगाचं ज्ञान? त्याचा इथे काय संबंध आहे? बोलता बोलता कृष्णाने आपल्या कोटाच्या खिशामधून स्मार्टफोन काढला. त्याचा स्क्रीन आयपॅडइतका मोठा होता. या कृष्णाच्या कोटाचे खिसे नक्की किती खोल आहेत? इतका मोठा स्मार्टफोन मावतो

त्याच्यात? त्या फोनवर कृष्णाने त्याची बोटे स्वाइप केली आणि मग तो फोन अर्जुनाच्या हाती दिला. कृष्णाने ॲपलची वेबसाइट उघडली होती.

"हे पार्थ, पाहा, हे आहे युनिव्हर्स. 'हस्तिनापूर एन्टरप्रायझेस'ला या युनिव्हर्सला कवेत घेण्याची महत्त्वाकांक्षा आहे खरी, पण तू त्या रूममध्ये असशील आणि योग्य मार्ग निवडण्याला मदत करशील तरंच हे घडेल बरं! तुझ्या अधिकारांसाठी कौरवांच्या विरोधात लढणं हेच तुझं कर्तव्य आहे. आणि ते तुला पार पाडावंच लागेल. तुला चांगलं आणि वाईट यातली दरी कमी करायचीय. हाच तुझा धर्म आहे आणि नि:स्वार्थी सेवा यातूनच घडणार आहे."

अर्जुनाला हे सारं आता नीट समजलं होतं. त्याने आपल्या तळहातावर सॅनिटायझर लावला आणि मग कृष्णाबरोबर हस्तांदोलन केलं. आपला टायदेखील त्याने ठाकठीक केला आणि टिश्यूने चेहरा अगदी नीट पुसून घेतला. हे सर्व झाल्यावर अगदी आत्मविश्वासपूर्वक पावलं टाकीत तो 'कुरुक्षेत्रा'च्या दिशेने मार्गस्थ झाला.

कृष्ण आणि संजयदेखील त्याच्या मागून निघाले. संजयला नुकताच आत्मज्ञानाचा साक्षात्कार झाल्यासारखं वाटत होतं. आपल्या मालकांनी हे सर्व व्यवस्थित नीट ऐकले असेल तर त्यांच्या मनातही अशीच भावना निर्माण झाली असणार, याची त्याला खात्री होती.

नऊ

अखेर सर्व जण स्थानापन्न झाले. पुन्हा एकदा मिंटचे बाउल्स, चहा-कॉफीच्या किटल्या, मिनरल वॉटरच्या बाटल्या नव्याने भरून ठेवण्यात आल्या. हाउसकीपिंगची टीम हे सर्व करून बाहेर गेली तेव्हा युधिष्ठिर उभा राहिला. त्याने आपला ब्लॅकबेरी 'स्विच ऑफ' करून ठेवला. जॅकेट आणि टाय बाजूला काढून ठेवत तो भीष्मांच्या दिशेने उठून जाऊ लागला.

पुन्हा एकदा खोलीत शांतता पसरली. हा युधिष्ठिर नक्की काय करतो आहे, हे कोणालाच समजेना.

दुर्योधन मात्र हे पाहून भलताच खूश झाला होता. त्याला आपल्या धडधडणाऱ्या हृदयाला काबूत ठेवण्यासाठी बरेच प्रयत्न करावे लागले. नक्कीच युधिष्ठिर तहाचं पांढरं निशाण दाखवणार आहे. आता तो भीष्मांच्या जवळ जाईल, खिशातून आपला पांढरा स्वच्छ हातरुमाल बाहेर काढेल आणि पितामहांना देऊ करेल. कदाचित, इतकं साधं काही घडणारही नाही; कारण युधिष्ठिर म्हणजे नौटंकी होता. अनेकदा तो अतिशय नाटकीपणाने वागत असे. तसाच तो इथेही वागेल बहुधा. तो आपला पांढरा स्वच्छ हातरुमाल खिशातून बाहेर काढेल आणि पितामहांच्या पायाशी ठेवेल. आपल्या कल्पनेवर दुर्योधन स्वतःच खूश होत होता!

इकडे पांडवदेखील असाच काहीसा विचार करत होते, पण त्यांच्या भावना किंचित वेगळ्या होत्या. 'आत्ता हे तहाचं निशाण दाखवायचं होतं, तर केवळ एक ई-मेल करून भागलं नसतं का? इथवर तडफडत येण्याची काय गरज होती? इतकं मानधन देऊन कृष्णाला आपल्या

बाजूला वळवून घ्यायची तरी काय गरज होती? आता जरी तो काही मिनिटेच आपल्याबरोबर असला तरी तो संपूर्ण दिवसाचा चार्ज लावणारच ना.'

आणि इकडे कृष्ण मात्र म्हणत होता, 'आता परत एकदा ते प्रवचन द्यायची वेळ यायला नकोय. इतकं समर्पक असं फार क्वचित बोललं जातं. असेही काही मंतरलेले क्षण असतात जे आपल्यामधून काही निराळंच जादुई असं बाहेर ओढून आणतात. ते अगदी आपल्यालाही अनोळखी वाटावं असं असतं. ते परत परत घडत नाही.' एकदा तर त्याला असंही वाटलं की दर थोड्या वेळाने एकेक पांडव असे भावनाप्रधान होत विचित्र वागायला लागले तर त्यांना समजावण्याच्या उद्योगापेक्षा त्याने कौरवांच्या बाजूने उभं राहणं जास्त चांगलं झालं असतं असं त्याला वाटायला लागलं असतं बहुधा.

सगळ्यांच्या मनात असे विचार येत असताना युधिष्ठिर दोन्ही हात जोडून पितामह भीष्मांच्या समोर उभा होता. ''पितामह, तुम्ही आजही आम्हाला तितकेच प्रिय आहात. आमच्या यशासाठी तुमचे आशीर्वाद आम्हाला लाख मोलाचे आहेत. कृपया आम्हाला विजयश्रीसाठी आशीर्वाद द्या.''

पितामह भीष्मांनी आपला लांबरुंद तळहात युधिष्ठिरच्या मस्तकावर, त्याच्या व्यवस्थित विंचरलेल्या आणि जेल लावलेल्या केसांची ठेवण बिघडणार नाही अशा पद्धतीने अगदी अलगद टेकवला आणि 'तेजस्वी भव!' असा आशीर्वाद दिला.

पितामह पुन्हा एकदा पक्षपात करत आहेत असं म्हणण्यासाठी दुर्योधन अगदी उठणारंच होता, पण शेवटच्या क्षणी त्याने स्वतःला सावरलं. पुन्हा पुन्हा काय त्याच त्याच विषयावर बोलायचं पितामह भीष्मांना? तसाही नीट विचार केला ना तर 'तेजस्वी भव'चा अर्थ काही 'विजयी भव' किंवा 'यशस्वी भव' असा होत नाही ना! त्याचा अर्थ केवळ 'तू चमकत राहा' असाच होतो. चमकत राहा याचे निरनिराळे अर्थ काढता येतील. तुझ्या 'एनजीओ'च्या कामात तू चमकत राहा. किंवा भाला प्रशिक्षक म्हणून तू चमकत राहा. (द्रोणाचार्य हे भालाफेकीमधले युधिष्ठिराचे गुरू होते. त्यांनी युधिष्ठिराला भाला चालवण्याचं उत्तम प्रशिक्षण दिलं होतं.)

मग दुर्योधनाने तो विचार तसाच सोडून दिला. तसाही आधीच खूप

वेळ वाया गेला होता. आता खरंतर त्याला अस्थिर वाटायला लागलं होतं. त्याची 'नारायणी सेना'देखील अस्वस्थच वाटत होती. त्याच्या पाठीमागे ते सर्व भुंग्यासारखी भुणभुण करत होते. दुर्योधनाला वाटलं की आता जोरदार शंख फुंकावा आणि सर्वांचं लक्ष कामकाजाकडे वेधून घ्यावं.

दुर्योधनाला 'हा काळ' फार मोठा वाटत होता खरा, पण त्याला कुठं माहीत होतं की ही कॉन्फरन्स पुढे फार काळ सुरू राहणार आहे. तसेही पहिले नऊ दिवस काहीच प्रगती झाली नाही. सगळ्यांची मती कुंठित झाली होती. भीष्म हे पांडवांवर थेट हल्ला न करता उगीच रूममधल्या व्हाइट बोर्डवर काहीतरी खरडत बसून गोष्टी समजावत राहिले. कृष्ण हातातली आपली ध्यानधारणेची सीडी बोटातल्या बोटात फिरवत शांतपणाने हे सर्व काही ऐकत राहिला. कर्णच काय तो आपल्या संवेदना जागृत ठेवून या साऱ्या गोष्टी मनानेच पाहत होता आणि ऐकत होता. त्याला बोर्डरूममध्ये जायला परवानगी नव्हतीच. मग तो पॅन्ट्रीला विनंती करून 'कुरुक्षेत्रात'ल्या सर्वांनाच रोज दुपारी ब्लडी मेरीच्या पेगची राउंड पाठवायला सांगायचा. निदान त्यामुळे तरी सर्वांची मनं शांत राहू शकतील. आपसात बडबड करून लोकांचं उगाच लक्ष वेधून घेणाऱ्या 'नारायणी सेने'ला कोणीच महत्त्व देत नव्हतं. त्यांना आपल्या बाजूला घेण्यातला फोलपणा दुर्योधनाला हळूहळू जाणवू लागला होता.

अखेर ही सर्व विफलता अशा एका गोष्टीपाशी येऊन थांबली ज्यामुळे कृष्णदेखील आपलं मौन सोडून रागाने हातातली ध्यानाची सीडी जोरात फिरवत भीष्मांच्या अंगावर जोराने ओरडत धावून गेला. शांत असलेल्या कृष्णालाही आपण रागाला आणू शकतो हे पाहून पितामह भीष्म मात्र आश्चर्यचकित झाले. रागावलेल्या कृष्णाला अर्जुनाने पकडलं आणि त्याला तो बाहेर घेऊन गेला. अर्जुनाने कृष्णाला बाहेर आठवण करून दिली की कृष्ण कोणत्याच संभाषणात सहभागी होणार नाही, असं वचन त्याने दिलं आहे.

नवव्या दिवसाच्या अखेरीस रात्रीचे जेवण घेत असताना पांडवांनी कृष्णाला ही विमनस्कता कशी मोडता येईल याबद्दल विचारून नकळत कृष्णाच्या सल्ला फीचा मोबदलाच मागितला. डेझर्ट म्हणून मागवलेला 'लव्हा केक' आणि 'व्हॅनिला आइसक्रीम' चमच्याने नुसतंच चिवडत बसणाऱ्या कृष्णाला हा संकेत बरोबर समजला. तो तसाही या सगळ्या

दिवसांमध्ये फार निराश झाला होता. आज त्याने जशा पद्धतीने पितामहांवर चाल केली त्यावरून त्याचं नैराश्य अगदी सहज जाणवत होतं त्यामुळेदेखील तो आइसक्रीम न खाता विचार करत राहिला होता. पांडवांनी त्याला सल्ला विचारल्यामुळे त्याचा उत्साह वाढला. तो सरसावून बसत म्हणाला, ''अरे, प्रत्येक गोष्टीला उपाय असतोच. इथेही उपाय आहे आणि तो अगदी जुन्या पद्धतीचा जुन्या काळातला उपाय आहे.''

असं बोलून त्यांनी सर्वांना पितामह भीष्म यांची कथा सांगायला सुरुवात केली. पांडवांना आपल्या लाडक्या पितामहांचं हे रूप नव्याने समजत होतं.

पांडवांचे आजोबा जेव्हा लग्नाच्या वयाचे झाले तेव्हा त्याचं पालकत्व स्वीकारणाऱ्या पितामह भीष्मांनी आपल्या या नातवासाठी मुलींची स्थळं पाहायला सुरुवात केली. त्या काळातले विवाह हे थोरामोठ्यांनी ठरवून दिलेल्या योग्य वधू/वराबरोबर केले जात असत, आजच्यासारखी प्रेमविवाहाची पद्धत नव्हती तेव्हा. काशीच्या राज्यपालाची मोठी मुलगी अंबा हिचं स्थळ भीष्मांनी विचित्रवीर्यसाठी नक्की केलं. विचित्रवीर्य आणि अंबा यांची जोडी छान दिसली असती. अंबा ही दिसायला सुंदर आणि कुटुंबवत्सल असून तिची कौटुंबिक पार्श्वभूमी अतिशय उत्तम होती.

ठरवून केलेल्या काही विवाहांमध्ये जे घडतं तेच इथेही घडलं. विवाहाच्या धामधुमीत कुणालाच 'अंबे'ला विचारावं वाटलं नाही की तिची मर्जी काय आहे? विचित्रवीर्य जरी 'हस्तिनापूर एन्टरप्रायझेस'चा उत्तराधिकारी होणार असला तरी तिला त्याच्याबरोबर विवाह करण्याची इच्छा आहे की नाही, हे कोणालाच जाणून घेण्याची गरज वाटली नाही. इकडे फेरे सुरू झाले आणि अंबेच्या मनाने उचल खाल्ली. तिला हे काहीच मान्य नव्हतं. तिने फेरे सुरू झाल्याक्षणीच सर्व विधी थांबवले आणि सर्वांच्या समोर मान्य केलं की सुबल राज्यामधल्या 'नॅशनल पार्टी'चा सर्वांत तरुण प्रेसिडेंट शाल्व याच्यावर तिचं प्रेम आहे. तसंही विचित्रवीर्याच्या या विवाहासाठी फार मंडळी जमली नव्हतीच. तरीदेखील विवाहवेदीवर उघडपणे स्वत:च्या प्रेमाबद्दल बोलणं म्हणजे जरा जास्तच होतं.

अशा परिस्थितीमध्ये झालेल्या गोष्टींनी विचित्रवीर्य अपमानित आणि लज्जितही झाला. त्याने मग अंबेच्या पावित्र्याबद्दल शंका उपस्थित केली. अंबा पवित्र नसल्याचा आरोप करत मग विवाहालाच नकार दिला.

विचित्रवीर्याने विवाहाला नकार दिलेला ऐकून अंबा भलतीच आनंदली.

अखेर तिच्या मनासारखं होणार होतं तर! तिने लोक काय म्हणतील याची काळजी केली नाही आणि पवित्र अग्नीच्या साक्षीने नावडत्या व्यक्तीबरोबर विवाह करण्याच्या जबरदस्तीला अमान्य करत स्वत:च्या मनाचं ऐकलं ते बरं झालं म्हणायचं! त्या आनंदातच अंबा वधूवेषातच शाल्वकडे निघाली. अर्थातच एअरपोर्ट सिक्युरिटीमध्ये तिला नाना प्रश्नांना उत्तरं द्यावी लागली ती वेगळीच! पण आत्ता तिला कसलीच काळजी वाटत नव्हती. तिच्या मनासारखं होत होतं सारं काही.

पण अंबेच्या भाग्यात काही निराळंच लिहून ठेवलं होतं. शेवटी पुरुष ते पुरुषच! सुबलाच्या 'नॅशनल पार्टी'च्या नॅशनल लेव्हलच्या अध्वर्यूंनी असं सांगितलं की त्यांना पुढच्या निवडणुकीत काही गोंधळ नको होता. त्यांच्या म्हणण्याप्रमाणे त्यांच्या तरुण प्रेसिडेंटचा विवाह 'हस्तिनापूर एन्टरप्रायझेस'च्या उत्तराधिकाऱ्याने नाकारलेल्या कन्येबरोबर झाला तर पार्टीची पत ढासळली असती. ही गोष्ट खरी नाही, हे त्या लोकांनाही माहीत होतंच, पण हे न्यूज चॅनेलवाले अशा बातम्यांचा 'बाइट' कसा बनवतात हे काही वेगळं सांगायला नको! त्यामुळे त्याने कोणताच धोका पत्करायचा नाही असं ठरवलं. मग काय! त्याला बळी पडून शाल्वने देखील अंबेला आल्या पावली परतीच्या विमानाचं तिकीट काढून देऊन वधूवेषातच तिची लगेच पाठवणी केली. शाल्वला हे समजलं नाही की अंबा का त्रासली आहे? तिला तो परत पाठवतो आहे म्हणून ती संतापली होती? का आता वधूवेषात परत जाताना पुन्हा एकदा एकाच दिवसात दुसऱ्यांदा एअरपोर्ट सिक्युरिटीमध्ये तिला नाना प्रश्नांना उत्तरं द्यावी लागतील यामुळे तिची चिडचिड झाली होती?

अंबा काहीएक विचार न करता महानगरात परतली आणि लगेचच भीष्मांना जाऊन भेटली. तिच्या वधूवेषावर आता रागाचा अलंकारदेखील चढला होता. तिरस्कृत झालेल्या परित्यक्ता महिलेचा क्रोध हा प्राणघातक असतो.

"धन्यवाद, भीष्म! तुम्ही मला कोणताच पर्याय पुढे ठेवला नाहीत. ना घर का ना घाट का अशी अवस्था होऊन गेली आहे माझी. माझ्या अब्रूच्या चिंध्या झाल्या आहेत आणि त्याची लक्तरं तुमच्या कृपेने वेशीवर टांगली गेली आहेत. माझ्या पेहरावावरून तुम्हाला अंदाज येणार नाही त्याचा. पण ते झालंय खरं! आणि त्याला तुम्ही जबाबदार

आहात. त्या दोघांनी मला टाकून दिलं, मूर्ख आणि भित्रे आहेत ते दोघेही. आता तुम्हीच माझ्याशी विवाह करा. मला तुमच्या वाढलेल्या वयाबद्दल काही म्हणायचं नाही, मला चालेल म्हातारा नवरा!''

''मुली तोंड सांभाळून बोल. तू ज्यांच्याबद्दल बोलते आहेस त्यातला एक माझाच पुतण्या आहे. तू तर माझ्या नातीच्या वयाची आहेस पोरी. तसंही मी तुझ्याशी विवाह करूच शकत नाही. 'हस्तिनापूर एन्टरप्रायझेस'च्या उत्कर्षासाठी माझं सारं जीवन मी दान केलं आहे आणि त्याकरता आजन्म अविवाहित राहण्याची शपथ घेतली आहे. भीष्मांनी लगेच उत्तर दिलं.''

''खड्ड्यात गेली तुमची ती शपथ! तुम्हाला माझा कलंक धुवून काढावाच लागेल.''

''सुंदरी! कृपया आवाज चढवून बोलू नकोस. मी याबाबत काहीही करू शकत नाही. तू आपली काशीला परत जा. मला खात्री आहे की तुझे पिताश्री तुला दुसरा कोणताही उत्तम वर शोधून देतील.''

''माझं आयुष्य उद्ध्वस्त करून टाकलंस तू दुर्बल म्हाताऱ्या. मी तुला शाप देते की तुझं आयुष्यदेखील असंच षंढ माणसांमुळे त्रासदायक होईल तुला.''

असा शाप देऊन भीष्मांनी काही प्रतिक्रिया देण्याआधीच अंबा तिथून निघून गेली. त्या दिवसापासून भीष्मांनी आपल्या कारच्या खिडकीला काळ्या काचा लावून घेतल्या. जेव्हा ड्रायव्हर त्यांची कार सिग्नलवर थांबवत असे तेव्हा त्याने गाडीचे दरवाजे आतून बंद करून ठेवले पाहिजेत, अशी त्याला सक्त ताकीद दिली होती भीष्मांनी. ट्रॅफिक सिग्नलवर हमखास खिडकीच्या काचा वाजवून पैसे मागायला येणारे 'ते विशिष्ट लोक' आपल्या आजूबाजूला फिरकू नयेत, याची पुरेपूर खात्री करून घेत भीष्म.

आपल्या कथेवर आणि संकल्पनेने खूश होत कृष्णाने अखेर 'मॉल्टन लाव्हा केक'चा तुकडा तोडत विचारलं, ''तर जेंटलमन, उद्या भीष्मांसमोर अशाच एका व्यक्तीला आपण घेऊन जाणार आहोत. त्यामुळे त्यांना नाइलाने कॉन्फरन्स सोडणं भाग पडेल. एकदा ते बाहेर पडले की मग बाकी पत्ते आपल्याच हातात आहेत.''

''वा केशवा, तुझ्या कल्पना नेहमीच विलक्षण असतात. पण अरे, अशी व्यक्ती आपण आणणार कुठून? तीसुद्धा इतक्या कमी वेळात

कृष्णा?'' अर्जुनाने प्रश्न उपस्थित केला. कृष्णाकडे त्याचेही उत्तर तयार होतंच. 'मॉल्टन लाव्हा केक'चा अजून एक मोठा तुकडा खात तो म्हणाला, ''तो काही फार मोठा प्रश्न नाहीये पार्थ, माझ्या फर्ममध्ये काम करणारा एखादा नवशिका तरुण हे काम सहज करेल. त्याला आपण मुलीसारखे कपडे घालून उद्या हस्तिनापूर टॉवरच्या लॉबीमध्ये आपल्याला भेटायला बोलावू या. मला त्याला नीट दाढी करून यायला मात्र सांगावं लागेल. त्याला पाहिल्यानंतर गोंधळून गेलेले पितामह, समोर आलेला हा तरुण 'षंढ'नसून मुलीसारखे कपडे केलेला मुलगा आहे हे ओळखूच शकणार नाहीत.''

ऐकताना तर हा प्लॅन अगदीच परिपूर्ण वाटत होता. दुसऱ्या दिवशी हस्तिनापूर टॉवरच्या लॉबीमध्ये जेव्हा पांडव, कृष्ण 'त्या' मुलाला भेटले तेव्हा ते आश्चर्यचकित झाले. आधुनिक सौंदर्य प्रसाधनांच्या वापराने आणि मेकअप आर्टिस्टच्या कलाकारीने आपलं काम चोख केलं होतं. पांडवांनाही तो तरुण पुरुष आहे की स्त्री हे सांगणं अवघड झालं असतं. राम कपूरच्या 'हमशकल', 'मोरूची मावशी'मधल्या मावशीची किंवा 'चाची ४२०' मधल्या चाचीची आठवण यावी इतका बेमालूम मेकअप झाला होता. आता पांडवांना हा प्लॅन यशस्वी होणार याची खात्रीच वाटायला लागली.

त्या दिवशी सकाळी पांडव कुरुक्षेत्रात पोहोचले तेव्हा तिथलं वातावरण चांगलंच तापलेलं होतं. 'त्या' तरुणाला पाहून भीष्मांच्या चेहऱ्यावर अंगात सहस्त्र बाण टोचावेत तशा वेदना उमटल्या होत्या. त्यांच्या नेहमी धीरगंभीर असणाऱ्या चेहऱ्यावर दुःखाचं सावट पसरलं आणि ते आपल्या हृदयामध्ये होणाऱ्या वेदना थांबवण्यासाठी छातीवर हात ठेवून घाईघाईने कुरुक्षेत्राच्या बाहेर निघून गेले. अडखळतच ते 'हल्दिघाटी' कॉन्फरन्स रूममध्ये घुसले. कर्णाला बेफिकिरीने आपले पाय टेबलवर टाकून लॅपटॉपच्या की-पॅडशी खेळत तिथे बसलेला त्यांनी पहिलं. त्यांच्या छातीमधली कळ अजून जोरात आल्यासारखं वाटल्याने त्यांनी अजून जोरात छातीवर हात दाबून धरला. मग ते तसेच तिथून घाईने निघून 'प्लासी'च्या कॉन्फरन्स रूममध्ये पोहोचले आणि खुर्चीवर बसायच्या आधीच जमिनीवर कोसळले.

अर्जुन त्यांच्या पाठोपाठ कॉन्फरन्स रूममधून बाहेर पडला होता.

अखेरीस ते एकाच रक्ताचे होते ना! हे नातं तोडू म्हटलं तरी तुटणार थोडंच! भीष्मांना केवळ घाबरवण्याचा प्लॅन होता पांडवांचा. इथे तर त्यांना हार्ट अ‍ॅटॅक आला होता. पांडवांनी जिंकण्याच्या लालसेपायी जरा जास्तच आगाऊपणा केला होता बहुतेक.

निराश झालेल्या अर्जुनाने घाबरतच विचारलं, ''पितामह, तुम्ही ठीक आहात ना?'' त्याला वाटलं की कॉन्फरन्स रूममध्ये येण्याच्या आधी आपण रिसेप्शनवरच्या लोकांना रुग्णवाहिका बोलवायला सांगायला हवी होती. ''अरे वत्सा, मी ठीक आहे. जरा श्वास घ्यायला अडचण होतेय इतकंच. तो सगळा प्रकार माझ्या म्हाताऱ्या मनाला फारच घाबरवणारा ठरला. जरा मला पाणी देशील का रे?''

कॉन्फरन्स रूममधल्या साइड टेबलवरची मिनरल वॉटरची बाटली उचलून त्याचं झाकण काढत अर्जुनाने पितामहांना पाणी दिलं.

''मला वाटतं वत्सा, आता पुरे झालं सगळं! 'हस्तिनापूर एन्टरप्रायझेस'ला एकत्र ठेवण्याचा मी मनापासून प्रयत्न केला रे! आता त्याची शकले होत आहेत तर होऊ देत... मी तरी कसा आणि किती पुरा पडणार आहे हे सगळं वाचवण्याला? मी घरी जातो... निघतो मी.'' दुर्बल झालेले पितामह भीष्म अगदी हळू आवाजात बोलत राहिले.

अर्जुनाने या थोर वंदनीय व्यक्तीला लॉबीमधल्या लिफ्टपर्यंत सोबत केली. सुदैवाने त्यांनी छातीवरचा आपला हात आता काढून घेतला होता. म्हणजे दुखणं कमी झालं म्हणायचं! त्यांचा चेहरा मात्र अगदीच विदीर्ण झाला होता.

''तुम्हाला नक्की बरं वाटतंय ना? का मी येऊ तुमच्याबरोबर?'' अर्जुनाने काळजीने विचारलं.

लिफ्टचा दरवाजा बंद करताना पितामह त्याला म्हणाले, ''नाही रे! मी ठीक आहे.''

पितामह हे सर्व सोडून त्यांच्या खेड्यातल्या फार्म हाउसवर राहायला गेले. त्यांनी तिथल्या प्राण्यांमध्ये आपलं मन रमवायला सुरुवात केली. पुढे जवळजवळ आठ दिवस त्यांनी कोणाशीही काहीही संपर्क साधला नाही. आजच्या या सोशल नेटवर्कच्या युगात हे जरा अवघडंच होतं, पण त्यांनी तसंच केलं खरं.

दहा

पितामह भीष्म यांचं असं सर्वच गोष्टी सोडून बाहेर निघून जाणं पांडवांना खचितंच उपयोगी पडणारं होतं. तरीही त्यांच्या बाहेर पडण्यामुळे पांडव कात्रीत सापडले. जणू दुधारी तलवारच. एक म्हणजे, आता कर्ण आत परत आला होता आणि दुसरं म्हणजे गुरू द्रोणाचार्य या सगळ्या प्रकाराने प्रचंड संतापले होते. पुढचे दोन दिवस त्यांनी पांडवांची चांगलीच खरडपट्टी काढली. त्यांनी काही कोणाला पांडवांशी गोड वागण्याचं वचन दिलेलं नव्हतं ना! त्यामुळे ते आगपाखड करतच राहिले. पांडवांना पहिल्यांदा वाटले की कौरवांच्या बाजूने बोलावं लागल्याने त्यांना आलेली निराशा ते अशा प्रकारे बाहेर काढत आहेत. गुरूंविषयी असलेल्या आदरामुळे पांडवांनी शांत राहण्याचंच धोरण स्वीकारलं. परंतु अठ्ठेचाळीस तासानंतरदेखील त्यांचे वाग्बाण कमी होण्याची चिन्हं दिसेनात. आता मात्र पांडवदेखील चिडले. आदर वगैरे सर्व ठीक आहे, पण आता काहीतरी नक्कीच करायला हवंय हे त्यांच्या लक्षात आलं!

तेराव्या दिवशी गुरू द्रोणाचार्य यांना प्रत्युत्तर द्यायचं पांडवांनी नक्की केलं खरं, पण नेमका त्या दिवशी अर्जुन आजारी पडल्याने त्यांना हा विचार बाजूला ठेवावा लागला. अर्जुनावर पितामह भीष्म यांच्या निघून जाण्याचा फारच परिणाम झाला होता. खरंतर त्यांना ज्या प्रकारे जायला भाग पाडलं गेलं त्याबद्दलचा विचार त्याला त्रास देत होता. कृष्णाला जाणवलं की अर्जुनाला पुन्हा एकदा कर्म वगैरे गोष्टींबद्दल

सांगावं लागणार आहे. कृष्ण आणि अर्जुन दोघेही कुरुक्षेत्रात नसल्याने पांडवांना त्या दिवशी अगदी असाहाय्य असल्यासारखं वाटत होतं. तसा अभिमन्यू, म्हणजे अर्जुनाचा मुलगा होता त्यांच्याबरोबर, पण तो तर अगदीच बच्चा होता. द्रोणाचार्य गुरूंच्या घणाघाती वर्षावापुढे तो कितपत टिकाव धरू शकेल, याची खात्री नव्हती त्यांना. कौरवांनी अर्थातच या परिस्थितीचा फायदा घेतला आणि वृद्ध भीष्मांबाबत जे काही पांडवांनी घडवून आणलं त्याबद्दल त्यांना खूप काही ऐकवलं. आता द्रोणाचार्यांनी आपल्या शब्दांचा चक्रव्यूह रचण्याचं ठरवलं. मला वाटते की बडबड खूप झाली. नुसतं बोलून काही निष्पन्न होणार नाही. हा वाद इथे या कॉन्फरन्स रूममध्ये संपणारा नाही आहे. मी तुम्हाला स्पोर्ट्‌समध्ये उगाच ट्रेनिंग दिलं असंच आता मला वाटतंय. खरे वीर कॉन्फरन्स रूममध्ये नाही, तर स्पोर्ट्‌स ग्राउंडवर आपली खेळी जिंकतात आणि जातीचे खेळाडू ग्राउंडमध्ये आपली खेळी खेळतात आणि जिंकतात.

साधा भोळा शक्तिमान भीम या बोलण्याला लगेच बळी पडला. आपल्या अस्तन्या सरसावत आणि टाय सैलावत तो म्हणाला, "तुम्ही अगदीच बरोबर बोलताय गुरुदेव! मी तर केव्हापासून हेच म्हणत होतो, पण मला इथे कोणी बोलूच दिलं नाही आहे. चला, सरळसरळ क्रिकेटच्या मैदानावर होऊन जाऊ दे हे सारं."

दुर्योधनाने लगेच वेळ साधली, "वा! भ्राता भीम, आता कसे बोललास! मी अभिमन्यूला आमच्या फास्ट बोलर्सबरोबर दोन चार ओव्हर खेळण्यासाठी चॅलेंज देतो."

"हा काय मूर्खपणा आहे? अभिमन्यू त्याच्या पिताश्रींसारखाच गोल्फर आहे. क्रिकेटीअर नाही. चॅलेंजच द्यायचं तर ते मला दे ना!" भीम दुर्योधनावर बरसला.

दुर्योधनानेदेखील त्याला डिवचलं, "ओह! म्हणजे त्याच्याकडे खिलाडू वृत्ती नाहीये का? तोदेखील त्याच्या पिताश्रींसारखा भेकड आहे? त्याचे पिताश्री कर्णाला घाबरतात तसं हाही माझ्या वक्तव्याला घाबरला वाटतं लगेच!"

पिताश्रींवर असा आरोप झाल्यावर मात्र आता अभिमन्यू पेटून उठला आणि ताठ मानेने धैर्याने म्हणाला, "माझ्या पिताश्रींना भेकड

म्हणायचं तुमचं धारिष्टच कसं झालं? ते काय किंवा मी काय, आम्ही दोघेही कोणालाच घाबरत नाही. मी तुमच्या बोलर्सचा सामना करण्यासाठी सज्ज आहे.''

युधिष्ठिराला काळजी वाटली. ''वत्सा, अरे तू हे काय बोलतो आहेस? तुला क्रिकेटची बॅट कशी धरायची याचंदेखील ज्ञान नाहीये. उगाच असली आव्हानं स्वीकारू नकोस.''

''युधिष्ठिर अंकल, अजिबात काळजी करू नका. मी क्रिकेट खेळलो नसलो तरी मला त्याची बऱ्यापैकी माहिती आहे. मी जेव्हा मातेच्या उदरात होतो तेव्हा माझे पिताश्री, भीम अंकलच्या फलंदाजीमधल्या कितीतरी गोष्टी मातेला सांगत असत. अंकलनी केलेल्या उत्कृष्ट फलंदाजीबद्दल मी खूप काही ऐकलं आहे आणि आत्मसातही केलं आहे.''

युधिष्ठिराला आता मात्र चिंता वाटली. अभिमन्यूला जर काही झालं तर तो अर्जुनाला कसा तोंड दाखवणार आणि त्याला काय सांगणार? नाही नाही, जरी पांडवांची मानहानी होत असली तरीही हे होताच कामा नये! ''नाही पुत्र, त्रिवार नाही! हे सर्व सोडून दे तू. आपण पुन्हा कधीतरी फलंदाजी करू या.''

''काय बोलता अंकल? आता हा आपल्या स्वाभिमानाचा प्रश्न झाला आहे. तुम्ही नका चिंता करू. मी तिथं नक्की जाईन आणि आपल्या सर्वांना अभिमान वाटेल असाच खेळेन. तुम्हाला अभिमानाने सर्वांना सांगता येईल की माझ्या पुतण्याने विजयश्री खेचून आणली आमच्याकडे.''

इतकं बोलून अभिमन्यूने विषय संपवला. या हल्लीच्या तरुण मुलांना विचार करायला नकोच. त्यांना लगेच क्रिया घडवायची असते. या उतावीळपणाला काय म्हणायचं? आणि मग व्हायचं तेच झालं अखेर!

मग काय, संजयसह सर्वच स्टेडिअमच्या दिशेने निघाले. कॉर्पोरेट बॉक्सच्या एका बाजूला संजय आपल्या अन्नदात्याला परिस्थितीची कल्पना फोनवर हळू आवाजात देत उभा राहिला. सर्व पांडवांच्या मनात धाकधूक होती. त्यांची हृदयं जोरजोरात धडकत होती. अभिमन्यूने पॅड लावलं आणि सुसज्ज होऊन तो खेळपट्टीकडे दमदार पावलं टाकत निघाला. त्याचा आत्मविश्वास पाहून पांडवांचं मन अभिमानाने भरून

पावलं खरं, पण जेव्हा पांडवांनी फील्डचं सेटिंग पाहिलं तेव्हा त्यांच्या हृदयाची गती अधिकच वाढली. दुर्योधनाने त्याच्या बॉलरला बॉडी लाइन बॉलिंग करायला सांगितली होती. ग्राउंडवर बॅट्समनच्या पाठीमागे उजव्या बाजूला चार खेळाडू म्हणजेच चार स्लिप होते. स्लिपच्या पुढे एक खेळाडू गलीमध्ये उभा होता. बॅट्समनच्या डाव्या बाजूला एक खेळाडू म्हणजेच लेग गली होता, शिवाय बॅट्समनच्या उजव्या बाजूला लगेच फॉरवर्ड शॉर्ट लेग आणि सिलि पॉइंटला देखील एकेक खेळाडू थांबले होते. दुर्योधनाच्या सर्व फील्डर्सनी अभिमन्यूला अगदी घेरावंच घातला होता म्हणा ना! स्वत: दुर्योधन त्या चार स्लिपपैकी सेकंड स्लिपवर उभा राहून देखरेख ठेवत होता आणि अभिमन्यूचं खच्चीकरण करण्याच्या तयारीत होता.

बॉलरने पहिला बॉल अगदी फास्ट आणि शॉर्ट पिचवर टाकला. तो थेट अभिमन्यूच्या डोक्यावरून पुढे गेला. अभिमन्यूने अगदी शेवटच्या क्षणाला डोकं खाली घेतलं म्हणून तो वाचला. हे करत असताना त्याचाही तोल गेलाच. फील्डर्सच्या कुत्सित हास्याची लाट मैदानावर पसरली. बॉलर बॉल टाकून तो पकडण्याच्या हेतूने अभिमन्यूच्या अगदी जवळ येऊन पोहोचला आणि त्यानेही अभिमन्यूकडे उद्धटपणे नजरेला नजर भिडवत आव्हान दिले. जणू काही तो म्हणत होता, "वाचलास बच्चा!"

असाच दुसरा बॉलदेखील फास्ट आणि शॉर्ट पिच पडला. मात्र या वेळेस बॉलरचा नेम चुकला नाही. हा बॉल शिवणीवर जोरात आपटून अभिमन्यूच्या छातीवर जोराने आदळावा अशा पद्धतीने टाकला गेला होता. अभिमन्यूने टाचांवर उडी मारत तो चकवण्याचा प्रयत्न केला, पण छातीऐवजी तो त्याच्या हातातल्या ग्लोव्हवर आदळला. त्याने झटक्यात बॅटवरचा आपला उजवा हात बाजूला केला. त्याला जोरात झिणझिण्या जाणवल्या आणि मस्तकात वेदना पोहोचली. त्याच्या बोटाला जोरदार दुखापत झाली होती. फिजिओ धावतच मैदानावर गेले. पांडवांना बसल्या जागेवरून दिसत होतं की फिजिओने अभिमन्यूच्या हातावर पेन रिलीव्हरचा स्प्रे मारला तेव्हा अभिमन्यू वेदनेने कळवळला. फिजिओने त्याच्या बोटावर हळुवारपणे दाबलं आणि ते पूर्ववत करण्याचा प्रयत्न केला. हे काही चांगलं लक्षण नव्हतं. पांडवांना आता खात्री

वाटत होती की अभिमन्यूचं उजवं बोट नुसतं दुखावलं गेलं नाहीये, तर त्याला गंभीर इजादेखील झाली आहे. युधिष्ठिर लगेच हे सर्व थांबवण्यासाठी उभा राहिला. पण फार उशीर झाला होता. बॉलर परत एकदा बॉलिंग करण्यासाठी आपल्या नेमून दिलेल्या ठिकाणाकडे निघाला होता.

त्याने टाकलेला हा तिसरा बॉलदेखील फास्ट आणि शॉर्ट पिच बॉलच होता. तो पडताना पाहून अभिमन्यूने सलग अशा बॉल टाकण्यासाठी आक्षेप घेण्याचे ठरवले. हे विचार त्याच्या डोक्यात रुंजी घालत असल्याने बॉलपासून वाचण्याचे त्याचे प्रयत्न काही सेकंद उशिरा सुरू झाले. त्याने काही करायच्या आतच पिचवर जोरात आपटून तो बॉल थेट त्याच्या डोक्यावरील हेल्मेटवर जोरात आवाज करत आदळला. तो दणका इतका जोरात होता की अभिमन्यू कळवळत खाली जमिनीवर पडला. एकाही फील्डरने काहीही हालचाल केली नाही की कोणी जागेवरून निघून त्याला पाहायला आले नाही. उलट, त्यातले काही तर हसायला लागले होते आणि त्यापैकी एक होता दुर्योधन!

पुन्हा एकदा फिजिओ धावतच मैदानात शिरले. या वेळेस ट्रेनरदेखील त्यांच्या बरोबर गेले. आता पांडवांना चिंता लागली होती, कारण अभिमन्यूची शुद्ध हरपत चालली होती आणि तो ट्रेनरने दाखवलेली हाताची बोटे मोजायलादेखील अक्षम होत होता. ट्रेनरने मग त्याला आधार दिला आणि ते पिचच्या बाहेर त्याला नेऊ लागले. दुर्योधनाच्या खेळाडूंनी पिच भोवती जमून अभिमन्यूची टर उडवायला सुरुवात केली. अनर्थ झाला होता. सारे पांडव आपल्या जागी भयभीत होऊन उभे राहिले होते. युधिष्ठिर मनात सारखा उगाळत राहिला, मला हे होणार हे माहीतच होतं. म्हणून हे सारे नको म्हणत होतो मी. मी हे थांबवायला हवं होतं. आता मी अर्जुनाला काय सांगू? त्याची प्रतिक्रिया काय होईल? सगळ्यांनाच हे माहीत होतं की एकदा अर्जुनाने ठरवलं की ठरवलं, मग ती काळ्या दगडावरची रेघ असते. इथे तर त्याच्या पुत्राला हे असं सापळ्यात अडकवून नामोहरम केलं होतं दुर्योधनाने. आता कौरवांचा विनाश नक्की!

अभिमन्यूवर इलाज करताना डॉक्टरांना असं आढळलं की अभिमन्यूच्या कानाच्या आतल्या पडद्याला दुखापत झाली आहे. ती अशी दुखापत होती ज्यामुळे आयुष्यभराचा त्रास त्याच्या मागे लागला. त्याचं शारीरिक

संतुलन नीट राहणं अशक्य झालं होतं. आता तो कधीही गोल्फ खेळू शकणार नव्हता. हे सर्व समजल्यावर अर्जुन अर्थातच क्रोधाने काळानिळा झाला. त्याच्या संतापाला पारावार उरला नाही. पांडवांमध्ये अशा प्रकारे भावाभावांत मतभेद निर्माण करून फूट पाडण्याचे समाधान कौरवांना मिळू द्यायचे नाही हे तो जाणून होता. हा राग कुठेतरी व्यक्त होणे देखील गरजेचेच होते ना! त्याने दुसऱ्या दिवशी कुरुक्षेत्रात मग हाहाकार उडवून दिला. कुरुक्षेत्रातले कित्येक कायदेशीर दस्तऐवज त्याने न वाचताच फाडून टाकले, मार्कर्स उधळून लावले, पेन्सिली आणि पाण्याच्या रिकाम्या बाटल्या इकडेतिकडे फेकून दिल्या. इतकंच नाही, तर तो कौरवांच्या सल्लागारांच्या अंगावर धावून गेला. त्याने इतका आवेशाने हा हल्ला केला की त्यातले दोन-तीन सल्लागार अगदी रडायच्याच बेतात आले होते. अर्थात, पुरुष सल्लागारांनाच त्याने असा त्रास दिला. काही झालं तरी तो स्त्रीदाक्षिण्य विसरला नव्हता.

गुरुवर्य द्रोणदेखील काही कमी नव्हते. त्यांच्या या अतिप्रिय विद्यार्थ्याच्या पुढेच होते काकणभर! अर्जुनाने कायदेशीर दस्तऐवज फाडून टाकले होते, तर गुरुवर्य द्रोणांनीदेखील रायटिंग पॅडच्या चिंध्या करून टाकल्या. अर्जुनाने वस्तू इकडेतिकडे फेकल्या तेव्हा द्रोणांनी त्याच्या दिशेने व्हाइट बोर्डचा डस्टर फेकून मारला. पांडवांच्या लक्षात आलं की द्रोणदेखील संतापाच्या बाबतीत पुरून उरणारे आहेत, त्यामुळे आता यांनादेखील इथून घालवून देण्याची गरज आहे.

त्या रात्री नेहमीप्रमाणे ते सर्व जण जेवणाकरता एकत्र जमले. कॉन्फरन्स सुरू होऊन बरोबर पंधरवडा झाला होता. आजचा दिवस मात्र सर्वांत वाईट दिवस होता. सर्वांनी भरपूर अपेयपान केलं. मनातला उफाळणारा राग, संताप, त्वेष व्यक्त करण्यासाठी नंतर त्यांनी फ्लेमिंग संबुकाचे देखील राउंड घेतले. हे जरा जास्तच होतं. कारण संबुका एक मादक पेय असतं. त्याचा एक पेग एका गॉब्लेटमध्ये घेऊन तो लायटरने पेटवला जातो. दहा सेकंद ते पेय सर्व बाजूने जळू दिलं जातं. मग लगेच तो गॉब्लेट एका ग्लास वर उपडा करतात. ग्लासमध्ये शॉट ठेवून गॉब्लेट काढून घेऊन तो सपाट पृष्ठभागावर ठेवला जातो आणि तो शॉट पिऊन मग गॉब्लेटच्या आतमध्ये स्ट्रॉ घालून आत कोंडलेला धूर तोंडाने ओढून घेत नशा अनुभवली जाते.

ते सगळे किती प्रमाणात अस्वस्थ होते ते या सगळ्यावरून सहज लक्षात येत होतं. त्याचंच हे लक्षण होतं. अर्थातच कृष्णाला पुन्हा एकदा त्याच्या उत्तम कल्पनांसह पाचारण करण्यात आले.

"केशवा, गुरुदेवांच्या बाबत काहीतरी करायला हवंय! कुरुक्षेत्रातला त्यांचा प्रभाव कमी करण्यासाठी तुला नक्कीच उपाय शोधावा लागणार आहे." मनातून सॉलिड चिडलेला अर्जुन 'तुला'वर जोर देत कृष्णाला म्हणाला.

खरंतर कृष्णालाही हा विषय फार जवळचा वाटत होता, कारण अभिमन्यू त्याचा अतिशय लाडका पुत्र होता. तो अभिमन्यूला अगदी लहानपणापासून पाहत आलेला होता आणि अभिमन्यू एक उत्तम आणि सक्षम व्यक्ती म्हणून नावारूपाला येणार हे कृष्णाला अगदी पक्कं जाणवलं होतं. अर्जुन आणि अभिमन्यूबरोबर तो अनेकदा गोल्फ कोर्सवर जात असे. अभिमन्यूला आपल्या पिताश्रींच्या खांद्याला खांदा लावून त्यांच्याच तोडीचा गोल्फ खेळताना पाहून कृष्णाला अभिमन्यूच्या उज्ज्वल भवितव्याबद्दल अजिबात शंका नव्हती. कौरवांनी आपल्या लाडक्या अभिमन्यूच्या भविष्यालाच असा दुष्टपणे सुरुंग लावला हे पाहून त्याचं मनदेखील उद्विग्न झालं होतं. तो इतका दुखवला गेला होता की त्याने आज डेझर्टही ऑर्डर केलं नाही. उलट, डेझर्ट म्हणून त्याने वाइन मागवली.

"आपण गुरुदेवांना याची जाणीव नक्की करून दिली पाहिजे. अभिमन्यूचं नुकसान करून कौरवांनी आपल्या स्वत्वालाच आव्हान दिलंय. आपणही याचं उत्तर त्याच पद्धतीने द्यायला हवंय. एकमेकांवर स्टेशनरी फेकून काही होणार नाही. खरी लढाई खेळायला हवीय आता."

"मग तू काय सुचवतो आहेस? आता काय करायचंय आपण?" युधिष्ठिराने विचारलं.

कृष्ण एक क्षणभर थांबला. त्याला माहीत होतं की आत्ता तो जे काही सुचवणार आहे ते पांडवांना अजिबात रुचणारं नाही. त्यांना धक्काच बसेल कृष्णाचं बोलणं ऐकून. पण प्रेमात आणि युद्धात सर्व काही क्षम्य असतं आणि हे युद्धंच तर होतं. कृष्णाला प्रेम आणि युद्ध या दोन्ही वेळी कसं वागावं याचं चांगलंच ज्ञान होतं.

"आपण गुरुदेवांचा मनोभंग करायचा." पांडवांचे चेहरे अर्थातच प्रश्नांकित झाले. "आपण गुरुदेवांपर्यंत अशी बातमी पोहोचवायची की त्यांच्या पुत्राला जबरदस्त अपघात झाला आहे."

"छे, छे केशवा, हे तर तुझ्या इंटर्नला स्त्रीवेशात आणण्यापेक्षाही भयानक कृत्य आहे रे. म्हणजे तुला असं म्हणायचं आहे का की अश्वत्थाम्याला अपघात घडवून आणायचा आपण? ते सुद्धा कॉन्फरन्स हॉलच्या बाहेर? अरे ते नियमांच्या विरुद्ध नाही का होणार?"

डेझर्ट वाइन डोक्यात गेल्याने असेल कृष्णाचा मिस्कीलपणा जागा झाला, "हं... आपल्याला नियम तोडायचे कुठे आहेत? थोडेसे... अगदी थोडेसे वाकवायचे बस्स! आपण अश्वत्थाम्याला अपघात घडल्याचं चित्र त्यांच्या समोर उभं करायचं. अश्वत्थम्याला खरोखरीचा अपघात करायची गरजच नाही. अरे, मी असं विघातक काही सुचवेनंच कसं? हो, म्हणजे प्रेमात आणि युद्धात सर्व काही क्षम्य असतं, पण त्या सर्व काहीलाही काही मर्यादा आहेत हे माहीत आहे बरं मला!"

अर्जुनाने आता उपहासाने त्याला विचारलं, "हे सर्व कसं घडवून आणायचं सांग तरी. तुझ्या नारायणी सेने व्यतिरिक्त आता आम्ही काय एक जादूगारही दिमतीला ठेवायचा आहे की काय?"

अर्जुनावर त्या सगळ्या शॉट्सचाही काहीच उपयोग झालेला दिसत नव्हता, त्याचा वाईट मूड तसाच राहिला होता. मग कृष्णाने त्याला पुरेसं बोलू दिलं आणि नंतर म्हणाला, "मी उद्या लॉबीमध्ये अश्वत्थाम्याच्या मागावर राहतो. त्याला कसाही करून पॅन्ट्रीमध्ये बंद करून ठेवण्याची जबाबदारी माझी. अर्थात, तिथल्या स्टाफचे हात याकरिता ओले करावे लागतील, पण ते काही विशेष नाहीये. अश्वत्थामा कॉन्फरन्स हॉलमध्ये उपस्थित राहू शकणार नाही. तेव्हा भ्राता युधिष्ठिराने गुरुदेवांना सांगायचं की त्यांच्या पुत्राला जबरदस्त अपघात झालाय. धर्मराजाकडून ही बातमी ऐकल्यावर गुरुदेव लगेच विश्वास ठेवतील आणि तिथून निघून जातील."

"तू... तू मला खोटे बोलायला भाग पाडतो आहेस?" युधिष्ठिराने चिडून विचारले. त्याने अगदी द्रौपदीला देखील खोटे बोलण्यामुळे शिक्षा करायला मागेपुढे पाहिलं नव्हतं.

"अरे, भ्राताश्री खोटे बोलायला कुठे लावतोय मी?" असे म्हणत

कृष्णाने हळू आवाजात सर्वांना आपला प्लॅन समजावून सांगितला.

दुसऱ्या दिवशी ठरल्याप्रमाणे कृष्णाने अश्वत्थाम्याला लॉबीमध्येच गाठलं आणि त्याला विनंती केली, ''द्रोणपुत्रा, जरा माझ्याबरोबर पॅन्ट्रीमध्ये येशील का? मी सर्वांसाठी डोनट्स संगितले आहेत.''

अश्वत्थाम्याने झट्कन उत्तर दिले, ''देवकीनंदना, अरे मी सध्या माझ्या साखरेवर नियंत्रण ठेवतोय, त्यामुळे मला डोनट नकोच.''

''हो का, अरे वा, अरे तू खाऊ नकोस ना, पण मला त्या डोनट्सच्या बॉक्स कॉन्फरन्स हॉलमध्ये नेण्यासाठी मदत तर करशील?'' अश्वत्थाम्याने दिलेल्या उत्तरादाखल कृष्णाने आपलं डोकं लढवत त्याला गळ घातली.

दोघे जण जेव्हा पॅन्ट्रीमध्ये पोहोचले तेव्हा कृष्णाने अश्वत्थाम्याची मनातल्या मनात क्षमा मागत त्याला टॉयलेट पेपर आणि क्लीनर ठेवलेल्या कपाटाकडे निर्देश करून तिकडे पाठवलं आणि झट्कन बाहेर जात पॅन्ट्रीचा दरवाजा बाहेरून लॉक करून घेतला.

इकडे कुरुक्षेत्रामध्ये गुरुदेव अस्वस्थ झाले होते. त्यांचा पुत्र या अशा महत्त्वाच्या मीटिंगसाठी कधीही उशिरा आलेला नव्हता. उलट, तो नेहमी वेळेच्या आधीच उपस्थित असायचा.

''अश्वत्थामा कुठाय?'' ते मोठ्याने स्वत:शीच उद्गारले. त्यांच्या चेहऱ्यावर काळजी स्पष्ट दिसत होती.

''गुरुदेव मला वाटतं की तो आज इथे उपस्थित राहू शकणार नाहीये.'' युधिष्ठिराने चाचरत उत्तर दिलं.

''का? कुंतीपुत्रा तुला काही माहिती आहे का त्याच्याबद्दल? काय झालंय?'' गुरू द्रोणाचार्य चिंतेच्या स्वरात युधिष्ठिराला विचारत होते.

युधिष्ठिराने पुन्हा एकदा चाचरत उत्तर दिलं, ''गुरुदेव, मला तुम्हाला सांगायला फार वाईट वाटतंय की अश्वत्थाम्यावर फार मोठा आघात झालाय आणि नंतर खोकत खोकत पुढे युधिष्ठिर म्हणाला, ''त्याच्या अहंकाराचा...''

''काय? माझ्या पुत्रावर आघात झालाय? अरे देवा, मला त्याच्याकडे पोहोचलंच पाहिजे.'' गुरुदेवांनी युधिष्ठिराने उच्चारलेले शेवटचे दोन शब्द ऐकलेच नाहीत आणि ते लगबगीने अश्वत्थाम्याच्या शोधार्थ निघाले.

या बातमीचा त्यांच्या मनावर फार मोठा परिणाम झाला असावा. मग अशी वदंता उठली की ते पुत्राच्या शोधार्थ अजूनही भटकत राहिले आहेत. इकडे क्लॉसेटमध्ये अडकलेला अश्वत्थामा त्या क्लीनर्सच्या अति तीव्र वासाने आणि क्लॉसेटमध्ये बंद केलं गेल्याच्या धक्क्याने आपल्या मनावरचा ताबा घालवून बसला. पिता-पुत्र दोघेही एकसारखेच!

यामुळे पंधराव्या दिवसाचा शेवट मोठा नाट्यपूर्ण रीतीने झाला. 'हस्तिनापूर एन्टरप्रायझेस'च्या रिसेप्शनिस्टला इतके दिवस एकाच कारणासाठी कोणतीही कॉन्फरन्स रूम ऑक्युपाय केल्याचं अजिबात आठवत नव्हतं. तिच्या दृष्टीने हे एक रेकॉर्डच होतं.

दिवसभराच्या घटनांमुळे आता कर्ण या चित्रामध्ये आला होता. गुरुदेवांनंतर तोच एक होता जे दुर्योधनाचं ट्रम्प कार्ड होतं. आता दुर्योधनाची सगळी भिस्त आपल्या या जिवलग मित्रावर होती हे मात्र खरं!

अकरा

गुरू द्रोणाचार्य आणि कर्ण यांचे भरपूर मतभेद होते, पण कर्ण हा वाद कसा सोडवायचा यासंदर्भात गुरुदेवांच्या पावलावर पाऊल ठेवून विचार करत होता. तो बराच काळ कुरुक्षेत्राच्या शेजारच्याच रूममध्ये केवळ बसून राहिला होता. शेजारी बरेच काही घडत असताना आपल्याला त्याचा साक्षीदार होता येत नाही हे किती वाईट आहे, हे त्याच्यापेक्षा अधिक चांगलं कोण समजू शकणार होतं? तसाही इथला वाद हा कॉन्फरन्स रूममध्ये सोडवला जाणारा वाद नव्हता. त्याचा निर्णय मैदानावरच व्हावा अशी कर्णाचीही प्रामाणिक इच्छा होती. त्याला माहीत होतं की आत्ता गुरुदेव असते तर त्यांनीही कर्णालाच साथ दिली असती. पेन्सिल चालवून कोडी सोडवण्यापेक्षा मैदानावर जाऊन बॅट हातात धरलेली केव्हाही चांगली असंच त्यालाही वाटत होतं, आणि आता त्याचेही हात बॅट हाती धरण्यासाठी शिवशिवत होते.

सोळाव्या दिवशी जेव्हा सर्व जण परत एकदा त्या कॉन्फरन्स रूममध्ये जमले तेव्हा एखाद्या परिपूर्ण योद्ध्याच्या आवेशात कर्णाने त्याचा प्रस्ताव सर्वांसमोर मांडला.

"मित्रहो! मी इथे बसून बाष्कळ बडबड ऐकत मिंटचे सर्व फ्लेवर्स चाखून पहिले. खूप झालं हे. आता बास! दुर्योधनाचा माझ्या म्हणण्याला दुजोरा आहे. त्याने आणि मी असं प्रपोझल तयार केलं आहे की आपण आता या विषयाची हारजीत काय ते मैदानावर ठरवू या. क्रिकेटचं मैदान आणि गोल्फ कोर्स. तुल्यबळ संघ असतील. मी १८ होल मॅच

गोल्फ खेळण्याकरता पार्थाला आव्हान देतो आणि दुर्योधनाच्या क्रिकेट टीमबरोबर तुम्ही तयार केलेली पूर्वीची क्रिकेट टीम खेळेल. शब्दांचे खेळ खेळून युद्ध करण्यापेक्षा, एकदाचा काय तो निर्णय होऊन जाऊ दे! माझ्या मते माझ्या पाठीमागे बसलेल्या या मूर्ख लोकांनी आपला खूपसा वेळ असाच वाया घालवलाय.''

सर्वशक्तिमान भीमाने लगेच कर्णाच्या या सूचनेला अनुमोदन दिलं, ''वा! अगदी योग्य बोललास राधेया. भीमाला कर्ण कधीच आवडला नव्हता तरीही त्याचा जोश आणि बुद्धीबद्दल भीमाच्या मनात आदरच होता. भीमाने 'राधेय' असा स्वत:चा केलेला उल्लेख चूक असून तो कौंतेय आहे असं सांगण्याची या वेळेस कर्णाला गरज वाटली नाही.''

''जो ही स्पर्धा जिंकेल तो सर्व गोष्टींचा मालक असेल. हरणाऱ्या पार्टीने 'हस्तिनापूर एन्टरप्रायझेस' आणि इतर सर्व गोष्टींवर पाणी सोडून त्याच दिवशीच्या सूर्यास्ताबरोबरच इथून कायमचं नाहीसं व्हायचं. जर टाय झाला तर नकुल किंवा सहदेव दु:शासनाबरोबर कुस्ती खेळून निर्णय देतील. तितकी वेळ येऊ नये अशीच अपेक्षा आहे.'' कर्णाने पुष्टी जोडली.

कर्णाला कडकडून मिठी मारावी असंच भीमाला वाटलं, पण अचानक त्याला आठवला 'पोकर' गेम, क्रिकेट टीमसह सर्वस्व हरण्याचे क्षण आणि द्रौपदीला आयटम नंबर करायला सांगण्याचे धारिष्ट मग त्याने कर्णाला कडकडून भेटण्याचा विचार अगदी मागेच सारला. भ्राता युधिष्ठिर अजून काही इतर सोपे प्लॅन सांगून मध्यस्थी करायच्या आत त्याने कर्णाला जोरदार हॅन्डशेक करत त्याच्या बोलण्याला सहमती दर्शवली.

उंदीर आणि माणसांचे मनसुबे हे नेहमीच सल्लागारांमुळे विस्कळीत होतात हे अगदी उघड आहे. सर्व ठरत आलं असतानाच नारायणी सेनेला या सर्वांतून मुक्त करून त्यांची बोळवण करण्यात संपूर्ण दिवस गेला. सोळा दिवसांच्या बोर्ड मीटिंगच्या मिनिट्सचं वाचन होणंदेखील आवश्यक होतं. वाचन करून त्यावर सह्या करून मगच ते फायनल झालं असतं. फीडबॅक फॉर्म्स भरायला हवे होते. जरी कंटाळवाणे आणि वेळखाऊ काम असले तरी कारवाई गुंडाळण्यासाठी हा लाल फितीचा

कारभार अगदी अत्यावश्यकच होता.

अखेर सतराव्या दिवशी अगदी सकाळी सकाळी कंट्री क्लबच्या पहिल्या टी जवळ सर्व प्रमुख व्यक्ती जमा झाल्या. खेळ उशिरा सुरू झाला असता, तर त्या दिवशी संपला नसता आणि पुन्हा एक फ्लाइट घेऊन त्या दोघांना परत येऊन खेळावं लागलं असतं. म्हणून सर्वांनी सकाळचा चहा थोडा लवकरच घेतला होता. अर्जुन आणि कर्णाला सलग खेळ खेळता यावा हाच त्यामागे उद्देश होता. हा इव्हेन्ट टेलिव्हिजनवर दाखवला जाणार नसल्याने कुंतीदेवीला त्याकरता प्रत्यक्ष तिथं उपस्थित राहावं लागणार होतं. तिने कृष्णाबरोबर गोल्फ कार्टची राइड घेतली. खरंतर कृष्णनेच तिला तशी ऑफर दिली होती.

हा गेम काही क्लबच्या एक्झिबिशनमध्ये खेळला जात नव्हता, त्यामुळे तिथे ना प्रेक्षक होते ना क्लब कमिटी चेअरमन किंवा ग्रँडस्टॅन्ड नव्हते. गोल्फ कोर्स मैदानाला जाग येत असतानाचे आवाज केवळ तिथे होते. पक्षांचे मधुर कूजन, सकाळच्या शीतल वायुलहरींवर मंदपणे होणारी पानांची सळसळ, नुकत्याच कापलेल्या हिरव्यागार कुरणाचा धुंद करणारा ताजा ताजा वास, वॉटर स्प्रिंकलर्सच्या पाण्याची झुळझुळ आणि हाताने फिरवल्या जाणाऱ्या गवत कापणाऱ्या यंत्राची इवलीशी घरघर या आणि इतक्याच आवाजाची ती दुनिया होती. ग्रीन कीपिंग स्टाफ हा नवव्या होलपर्यंत पोहोचला असल्याने तो मॅचच्या मध्ये येण्याचे काहीच कारणंही नव्हते.

अर्जुनाने कर्णाला पहिला टी खेळण्यासाठी मान दिला. शेवटी काही झाले तरी तो वयाने मोठा होताच आणि त्यामुळे तो मोठ्या बंधूसारखादेखील होता. पुढच्या अठरा होल करता ही संधी अर्जुनाला परत काही मिळाली नाही. सामना अटीतटीचा होता.

त्यांचा खेळ समजून घेण्याकरता गोल्फमधल्या अजून काही टर्म्स आपल्याला माहीत असायला हव्यात.

'पार' म्हणजे एक होल पूर्ण करण्यासाठी गोल्फरना ठरवून दिलेले स्ट्रोक्स. तेवढ्याच स्ट्रोक्समध्ये गोल्फरने होल करायला हवं. त्यापेक्षा दोन स्ट्रोक्स कमी घेतले तर जनरली 'पार' ५वर ईगल शॉट होतो. पण 'पार' थ्रीमध्ये मात्र एकाच शॉटमध्ये होल घेतले तर तो ईगल शॉट होतो. तसाच एक स्ट्रोक कमी घेतला तर बर्डी होतो. ग्रीनच्या जवळून

पटिंग सरफेसच्या काही यार्ड अंतरावर जर गोल्फरने शॉट खेळला तर तो हवेत उंच उडून ग्राउंडवर आपटून होलच्या जवळ जाण्याचा प्रयत्न करतो. या शॉटला चिपिंग म्हणतात. आणि पटरचा उपयोग करून ग्रीनवरून किंवा ग्रीनच्या बाहेरून खेळलेल्या शॉटला पटिंग म्हणतात.

अपेक्षेपेक्षा कमी स्ट्रोक्समध्ये ग्रीनमध्ये बॉल पोहोचवण्याचा प्रयत्न करत अर्जुनाने 'पट' करत ईगल घेतला, तर कर्णदेखील '५आयर्न क्लब'पासून 'सॅन्ड वेज क्लब'चा उपयोग करत ग्रीनपर्यंत अगदी छोट्या/आखूड शॉटमध्ये बॉल पोहोचवण्याचा प्रयत्न करून चिपिंग करत होता. २५० यार्डाच्या पार थ्री होलसाठी अर्जुन मैदानावरील उंच सखल भागामध्ये हिंडून प्रयत्न करत राहिला तेव्हा तेव्हा कर्णानेही अगदी तसाच स्टॅन्ड घेतला. अर्जुनाने 'पार' ४ वर बर्डीचा शॉट खेळत कर्णावर दडपण आणण्याच्या प्रयत्न केला. पण कर्णदेखील लेचापेचा नव्हता. त्यानेदेखील अगदीच सहजपणे त्या छोट्याशा टेकडीवरनं डाव्या उजव्या बाजूला बॉल वळवत पंधरा इंचावरून बर्डी घेतला. अठराव्या टीपर्यंत पोहोचेपर्यंत त्या दोघांचा स्कोअर सारखाच झाला होता. ते दोघेही शांतपणाने आणि हिरिरीने खेळत राहिले. त्यांना खेळताना पाहून प्रेक्षकांची मात्र झोप उडाली आणि हृदयाची धडधड वाढली होती. इतक्या कमी वेळात कुंतीदेवींनी जवळजवळ २ थर्मास भरून आणलेली जीन संपवून टाकली होती आणि शिवाय, मादक द्रव्याचं सेवनदेखील सुरूच होतं. त्यामुळे काही वेळाने तिला नक्की कोणता बॉल कोणाचा आहे हेही समजत नव्हतं. अपेयपानाचा इतका परिणाम झाला होता की तिला आता बॉलदेखील चार-चार दिसायला लागले होते.

दोन्ही प्लेअर्सनी अठराव्या फेयरवेपर्यंतची खेळी झोकात केली होती. अर्जुनाच्या गांडीवाने त्याला मोलाची साथ दिली होती आणि संपूर्ण वेळ त्याच्यामधून निघणारा उन्माद असलेला तो विशिष्ट आवाज अगदी अजूनही कानात घुमत होता. टी बॉक्सवरून टीपासून फेअरवेच्या मार्गे ग्रीनकडे बॉल जाण्यासाठी लांब अंतराचे खेळलेले दोघांचेही ड्राइव्ह स्ट्रोक एकमेकांपासून अगदी थोड्याच अंतरावर जाऊन थांबले होते. त्यांचा दुसरा शॉट अगदी लेझरसारखा फ्लॅगस्टिकच्या जवळ येऊन थांबला होता. अर्जुनाचा बॉल घरंगळतच पिनपासून दहा फूट लांब

जाऊन थांबला. कर्णाचं काम या वेळेस जास्त चोख झालं. त्याचा बॉल पिनपासून केवळ सहा फूट लांब थांबला. आता शेवटचा शॉट मारायचा. किती अटीतटीची मॅच सुरू होती ही! सगळ्यांचा वरचा श्वास वर आणि खालचा श्वास खाली राहिला. आता ग्रीनभोवती अगदी पिनड्रॉप सायलेन्स होता. केवळ कुंतीदेवीने जेव्हा स्टीलच्या थर्मासमधून कपामध्ये शेवटचं उरलेलं मद्य आणि जीन ओतून घेतली त्याचा नाजूक आवाज आसमंतात घुमला. बाकी सारं स्तब्धं होतं. तिने त्या पेल्यातून एक घोट घेत स्वत:ला शांत करण्याचा केलेला प्रयत्न अगदी वाया गेला. तिच्या कापऱ्या हातातून बरंचसं मद्य तिच्या साडीवर सांडलं.

अर्जुनाने त्याच्या 'पट'चं नीट निरीक्षण केलं. ग्रीनच्या एका टोकापासून दुसऱ्या हे करत असताना स्वत:च्या पटरचा त्याने ओळंब्यासारखा वापर केला. डावा डोळा मिटून डाव्या हाताचा अंगठा आणि बोटं यांचा मेळ साधायचा त्याने प्रयत्न केला. पी जी ओ टुरचा स्पायडर मॅन कॅमिलो व्हिलागेसप्रमाणे त्याने जमिनीवर आडवं पडत उजवा पाय थोडासा दुमडत डाव्या हातावर सगळ्या शरीराचा भार पेलत उजव्या हाताने 'पटर' बॉलच्या जवळ नेत नीट अंदाजदेखील घेतला. दुर्दैवाने गोल्फ कोर्सवर सेलफोन वापरायला परवानगी नसल्यामुळे हा क्षण कोणी कॅमेऱ्यात कैद करून ठेवू शकलं नाही.

अखेरीस अर्जुन त्या बॉलच्या दिशेने गेला. त्याने काही प्रॅक्टिस स्ट्रोक्स घेतले आणि मग बॉलला जोरात फटका मारला. बॉल घरंगळत ग्रीनवरून निघाला. जणू काही तो आता त्या डेड सेंटरमध्ये जाऊन पडणार, अशाच पद्धतीने बॉल निघाला होता. सर्वांचं लक्ष त्या बॉलकडे लागलं असताना अचानक शेवटच्या क्षणी तो स्पाइक मार्कला जाऊन धडकला आणि होलच्या पुढे काही फूट जाऊन थांबला. कुंतीदेवी चक्कर येऊन पडल्या. कृष्णाला कळेना की हे असं घडल्यामुळे त्यांना चक्कर आली की आणखी कशामुळे? जीनने आपलं काम केलं होतं की काय कुंतीदेवींच्या शरीराचा ताबा घालवून? इकडे अर्जुन दु:खाने खचून गुडघ्यावरच बसला आणि त्याने आपलं डोकं दु:खातिशयाने जमिनीला टेकवलं.

अर्र! 'पट' लीन करून फोकस करण्याऐवजी अर्जुनाने ते स्पाइक मार्क नीट पूर्ववत करायला हवे होते नाही? आता कर्णाची खेळी

व्हायची होती. अर्जुनाने खोलवर श्वास घेत आपला धीर गोळा केला, हात स्थिर ठेवत त्याने बॉल सावकाशपणे होलमध्ये सरकवला. आता कर्ण एका शॉटमध्येच जिंकणार होता. तसं झालं नाही, तर त्या दोघांचा टाय झाला असता.

कर्णाला खात्रीच होती की त्याचं 'पट' अगदी सरळ रेषेत आहे. त्याने ते नीट पाहण्याचादेखील प्रयत्न केला नाही. एवढचं नाही तर त्याने प्रॅक्टिस स्विंग्सदेखील घेतले नाहीत. त्याने एकदा का 'पट' केलं आणि बॉल होलमध्ये गेला की सगळे कौरव त्याच्यासाठी खूप जंगी पार्टी देतील या विचाराने तो स्वत:वरच खूश झाला होता. दुर्योधन तर ग्रीनवर धावत येऊन त्याला शॅम्पेनने अंघोळच घालेल, तिथपासून जे मदिरापान सुरू होईल ते थेट सकाळपर्यंत चालू राहील. संचालक मंडळ त्याला कितीतरी स्टॉक ऑप्शन्स वाढवून देतील. कुंतीला जाऊन काही सांगायच्या फंदात पडायचं की नाही? तशीही ती बेसावधच होती की!

या हवामहलमधल्या विचारात मग्न राहून त्याने बॉल टोलवला, पण ... हाय रे दुर्दैवा! तो बॉल होलपासून सहा इंच लांब जाऊन थांबला. आता त्याला स्वत:ला वाचवून अर्जुनाची बरोबरी करण्यासाठी बॉल होलमध्ये घालवणं अगदीच आवश्यक होतं. इकडे पुढच्या तयारीत असलेले नकुल, सहदेव आपली कुस्ती सोडून काय घडतंय हे पाहू लागले. मनातल्या मनात दुर्योधन कर्णाला सूचना देत होता, ''प्लीज फोकस कर... आपल्याला हे पट हवंय. प्लीज काहीही कर, पण आपल्याला हे 'पट' घे. मी तुला 'हस्तिनापूर एन्टरप्रायझेस'चा सीईओ करेन. प्लीज हे काम कर मित्रा!''

आता मात्र कर्णाने दीर्घ श्वास घेतला. बॉल मार्क केला आणि तो जरा पाठीमागे गेला. होलचे अंतर नजरेत त्याने सामावून घेतले. काही स्पाइक मार्क्स नाहीत ना याची खात्री करून घेतली. आता तो हे सगळं अगदी नीट काळजीपूर्वक करणार होता. तो लाइन करण्यासाठी म्हणून तयारी करत असताना काहीतरी विपरीत घडलं. नक्की काय ते त्याला समजलं नाही. पण ते घडलं खरं. आणि आता त्याला हे समजेना की त्याचं 'पट' हे सरळ आहे का थोडासा ब्रेक आहे त्याला? जर त्याला ब्रेक असेल तर तो नक्की कुठे आहे? काहीच समजत नव्हतं... काय होतंय हे? हे असं का होतंय? तो अगदी संभ्रमात पडला. डोळे मिटून

त्याने मान हलवून जणू सगळ्या विचारांना बाजूला सारण्याचा प्रयत्न केला खरा. पण सर्व निष्फळ झालं. त्याला त्याची लाइन दिसतच नव्हती.

आता ग्रीनच्या आजूबाजूला उभ्या असलेल्या प्रेक्षकांमधून हलकी कुजबुज सुरू झाली. त्याने कर्णावर अधिकच दडपण आलं. पुन्हा पुन्हा त्याने 'पट' लाइन करण्याचा प्रयत्न केला पण... काहीच समजत नव्हतं! त्याच्या नशिबाने त्याच्याकडे पाठ फिरवली होती. आता फार झालं. त्याने शांतपणे पुन्हा एकदा दीर्घ श्वास घेतला आणि तो 'पट'च्या जवळ जाऊन उभा राहिला. आता तो स्वत:च्या अंत:प्रेरणेवर विश्वास ठेवून हा खेळ खेळणार होता. जसा त्याने अगदी सुरुवातीला खेळला होता अगदी तसाच! त्याने स्टॅन्ड घेतला आणि 'पट' रोल केला. पण त्याच्या डोळ्यांना बॉल दिसतच नव्हता. जिथे बॉल जायला पाहिजे त्या दिशेकडे तो नुसताच पाहत राहिला.

दुर्योधनाने आता अतीव उतावीळ होत ओरडायला सुरुवात केली, "होलकडे लक्ष दे... बॉल तिथे जाऊ दे..."

त्याच्या या ओरडण्याने कुंतीदेवी खडबडून जागी झाली. एक क्षण तिला समजेना की ती गोल्फ कार्टवर काय करतेय?

इकडे कर्णाने आपले डोळे बॉलकडे वळवले. आता तो अगदी छान होलच्या दिशेने चालला होता. कोणत्याही क्षणी तो होलमध्ये पडण्याची शक्यता होती. त्यामुळे कर्ण आपला उजवा हात उंचावून उभा होता. पण.... पण बॉल होलच्या जवळ जात काही इंच अंतरावर जाऊन थांबला. कदाचित कर्णाने लगावलेला टोला अजून जोरात मारला असता तर बरं झालं असतं. परशुरामांचा शाप भोवला होता. जेव्हा कर्णाला या गोष्टीची सर्वांत जास्त गरज होती तेव्हाच त्याची बुद्धी काम करेनाशी झाली होती.

पांडवांच्या आनंदाला पारावार राहिला नाही. एकमेकांना मिठी मारून आणि ग्रीनभोवती नाचून त्यांनी आपला आनंद व्यक्त केला. कर्ण नुसताच बॉलकडे पाहत उभा राहिला. दुर्योधन त्याच्याजवळ गेला, कर्णाच्या खांद्यावर हात टाकत त्याला दिलासा देत तो म्हणाला, "मित्रा, अरे ठीक आहे. हे 'पट' तर आहे! इतका निराश नको होऊस." पण त्याच्या शब्दांत काही जोर नव्हता!

कर्णाने 'पटर' दुर्योधनाच्या हाती सोपवला आणि गोल्फ कोर्सवरून तो निघून गेला. गोल्फ कोर्सवरचं हे कर्णाचं शेवटचं दर्शन. त्यानंतर त्याला कोणीही कोर्सवर पाहिलं नाही. अशी वदंता पसरली की त्याने गोल्फ सोडून आता बोर्ड गेम खेळायला सुरुवात केली आहे आणि आता तो 'नॅशनल ल्यूडो चॅम्पियनशिप'साठी प्रयत्न करतोय.

कर्णाने गोल्फ कोर्सवरून काढता पाय घेतला आणि तो लख्ख प्रकाशात उभ्या असलेल्या आपल्या कारकडे जायला निघाला तेव्हा कुंतीदेवी त्याच्यामागे,"बेटा... बेटा थांब," असं म्हणत धावल्याचं सगळ्यांनी पाहिलं. सगळ्यांनाच वाटलं की एकतर तिची दिशाभूल झाली आहे किंवा तिला हँगओव्हर झालाय, किंवा दोन्हीही झालं आहे. नंतर युधिष्ठिराने तिला या सगळ्यातून बाहेर येण्यासाठी तिच्या पुनर्वसनाबद्दल दोन गोष्टी सांगितल्या. परंतु नंतरही तिने "बेटा कर्णा" असा धोशा चालूच ठेवला तेव्हा पांडवांना नाइलाजाने तिला पुनर्वसन केंद्रात दाखल करण्याचा निर्णय घ्यावाच लागला. ती बिचारी दिवसभरातला सगळा वेळ सूर्याकडे आशेने पाहत राही. तिला वाटे की एक दिवस तिचा मोठा पुत्र त्या स्वच्छ सूर्यप्रकाशातून चालत येईल आणि तिला 'आई' म्हणून घट्ट मिठी मारेल.

हे सर्व काही जसं घडत होतं त्यामुळे धृतराष्ट्र फारच अस्वस्थ झाला होता. त्याला असं वाटत होतं की तो आणि गांधारी वृद्धाश्रमापासून केवळ ४० ओव्हर दूर आहेत. त्या रात्री जेव्हा दुर्योधन त्याच्याकडे जेवायला आला तेव्हा त्यांनी आपली मन:स्थिती पुत्राजवळ विषद करून सांगितली.

"पुत्रा, उद्या या कुलातली आपली कौरवांची बाजू पुन्हा एकदा याच पदावर असेल आणि पुनरागमन करेल याची आशाच मावळल्यासारखी भासतेय मला."

दुर्योधनाने ९० मिलीचा मद्याचा तिसरा चषक हाती घेतला. आपल्याच विचारात त्याने मद्याचा एक मोठा घोट घेतला. त्यालादेखील काळजीच वाटत होती. आजची खेळी अगदी अटीतटीची झाली होती. आता सगळी भिस्त उद्या केवळ त्याच्यावरच होती. जर उद्याच्या मॅचमध्ये टाय झाला तर मग ती जबाबदारी दु:शासनावर पडणार होती. पण दु:शासनावर ही जबाबदारी पडावी अशी त्याची अजिबात इच्छा नव्हती. मागच्या

वेळेला असंच झालं होतं. दुर्योधन त्याच्यावर विसंबून राहिला होता, पण दु:शासनाने आयत्या वेळेस सगळा घोळ करून ठेवला होता. दुर्योधनाला हे सगळं अगदी उद्याच संपवायचं होतं. त्याने ठरवलं होतं की उद्या जर तो जिंकला तर आपल्या टीमला हवे असलेले चिअर लीडर्स, टीम म्हणेल त्या देशातून आणायची त्यांना मुभा द्यायची.

"पिताश्री, सारं काही ठीक होईल. मी आहे ना. तुम्ही काळजी करू नका," असे दुर्योधन म्हणाला खरा, पण त्याला वाटले त्याच्या आवाजात तितका आत्मविश्वास नाहीये. खरं सांगायचं तर धृतराष्ट्रालाही ते जाणवलं होतंच. "पुत्रा, सध्या तुझ्या खेळण्यामध्ये सातत्य नाहीये. सराव कमी झालाय. हे बघ, या एका इनिंगवर सगळं काही अवलंबून आहे. हा अश्वत्थामा तुला आपल्या नेहमीच्या क्रमांकावर फलंदाजी करायला परवानगी देईल का तुला?"

"पिताश्री, अश्वत्थामा आता माझ्या आजूबाजूला कुठेच नाहीये. संजयने तुम्हाला सांगितलं नाहीये का हे?"

"इतर सगळ्यांप्रमाणेच संजयलाही तो कुठे गेला असावा याचं आश्चर्य वाटतंय. कॉन्फरन्सच्या पंधराव्या दिवसाच्या त्या प्रकारानंतर अश्वत्थामा कुठे गायब झाला काय माहीत? उद्या तो एखाद्या सरकारी इस्पितळात परिचारिकांनी लक्ष द्यावे म्हणून तळमळत पडलेला तर दिसायचा नाही कुठेतरी? तू नीट शोध घेतलास की नाही त्याचा?"

धृतराष्ट्राच्या या प्रश्नावर दुर्योधनाने काहीच उत्तर दिलं नाही. त्यालादेखील अश्वत्थामा कुठे नाहीसा झाला आहे हे एक कोडंच होतं. अश्वत्थाम्याला शोधायचे काय कमी प्रयत्न केले होते का त्याने? अखेर सगळेच शेवटी फोल ठरले. बर्म्युडा ट्राइअँगलसारखीच अश्वत्थामा नाहीसा होणे ही अद्भुत घटना होती हे मात्र खरे. दुर्योधनाला अजून एक गोष्ट प्रकर्षाने जाणवली होती की त्याचा पॅन्ट्रीचा स्टाफदेखील त्या १५व्या दिवसापासून त्याला टाळू पाहतोय. त्याला वाटलं की त्या दिवशी कर्णाने भर दुपारी ब्लडी मेरीची आठवण काढूनसुद्धा दुर्योधनाने ती आणायला नकार दिला होता त्यामुळे तर हे नसेल?

पण आत्ता तो विचार करायची वेळ नव्हती. त्याला आपल्या टीमचा चार्ज घ्यायला हवा होता आणि आता अश्वत्थाम्याच्या अनुपस्थितीत त्याचा क्रमांक वर येणार होता. ते सर्व ठरवायला हवं होतं. आता कोण

काय विचार करतंय, याचा विचार करायलादेखील आता वेळ नव्हता. ज्याला जे हवं ते वाटू दे. ही मॅच दुर्योधनाच्या दृष्टीने जीवनमरणाचा प्रश्न होता. त्याच्या टी-२०च्या कारकिर्दीमधला हा महत्त्वाचा टप्पा असल्याने त्याला जिथे चांगलं वाटेल त्याच क्रमांकावर त्याने खेळायचं ठरवलं. गोल्फप्रमाणेच शारीरिक शिकवण आणि स्नायूंची स्मृती क्रिकेटकरताही महत्त्वाची असते. त्याने त्याच्या लाडक्या तीन नंबरवर खेळायचे ठरवले.

कॉन्फरन्सच्या अठराव्या दिवशी सगळे रथी-महारथी आणि प्रतिष्ठित व्यक्ती क्रिकेट स्टेडिअमवर जमले. खरंतर हा कॉन्फरन्सचा अठरावा दिवस नव्हताच, कारण आता हे सर्व स्टेडिअमवर घडत होतं आणि एकूण कॉन्फरन्स हॉलमध्ये व्यतीत केलेले दिवस सोळाच धरले होते तरीही त्या वादाचाच हा परिपाक होता ना! त्यामुळे याला अठरावा दिवस म्हणायलाही काही हरकत नव्हती. तशी ही काही नेहमीची क्रिकेट लीगची मॅच नव्हती, त्यामुळे सगळे स्टॅन्ड मात्र ओस पडले होते. यामध्ये सहभागी टीम्सनी या मॅचला जरी शक्तिप्रदर्शनाची मॅच म्हटले असले तरी यात कोणीही सिनेस्टार खेळत नसल्याने कोणी तिकीट वगैरे काढायचा प्रश्नच नव्हता. कुंतीदेवी घरीच राहतील अशी काळजी घेण्यात आली होती. कालच्या सारखी जर त्यांनी मॅचच्या मध्येच कर्णाच्या नावाने ओरडायला सुरुवात केली असती, तर दोन्ही संघांना कसेतरीच झाले असते. अशा लाजिरवाण्या परिस्थितीपासून वाचण्यासाठी त्यांनी घरीच असणे चांगले हाच विचार केला गेला आणि त्यांच्या अत्यंत जवळच्या दासीला कुंतीदेवींना केवळ जलजिरा देण्याची सक्त ताकीद दिली गेली.

युधिष्ठिराची टीम आता खरंतर कौरवांच्या ताब्यात होती, पण या मॅचपुरती ती पांडवांची टीम होती. या टीमने टॉस जिंकला आणि पहिल्यांदा बॅटिंग करण्याचं ठरवलं. ते फील्ड बॅटिंग विकेटसाठी योग्य आहे की नाही याचा विचार न करता, पांडवांच्या टीमने वीस ओव्हर्समध्ये १९९ रन केल्या. यात महत्त्वाचा वाटा होता सर्वशक्तिमान भीमाचा! तो सर्व ओव्हर्स खेळतच राहिला. कधी डाव्या हाताने, तर कधी उजव्या हाताने खेळणाऱ्या भीमाने फील्डर्सची वाट लावून टाकली. बोलर्स आता त्यावर खार खाऊ लागले, कारण त्याने एकहाती अनेक सिक्सर्स

लगावून त्यांना जणू आव्हानच दिलं होतं. कौरवांच्यासाठी हा जणू कत्तलीचा दिवस असावा असंच चित्र होतं. त्याने फलंदाजीचं असं कौशल्य प्रदर्शित केलं की पाहणाऱ्यांना वाटलं की त्याच्या बॅटमधून निरनिराळ्या रंगीबेरंगी फटाक्यांची आतषबाजीच होत आहे.

दुर्योधनाच्या टीमच्या पुढे खूप मोठं आव्हान निर्माण करून ठेवलं होतं भीमाने. ते नाउमेद होऊ नयेत आणि जोशात यावेत म्हणून दुर्योधनाला त्यांच्यासाठी 'तकीला'ची बाटली रिकामी करावी लागली. लीगची मॅच असती तर हा संघ अपेयपान केल्याबद्दल अपात्र ठरला असता. ते स्वत:ला सावरून मैदानाकडे जायला निघाले. पण 'तकीला'ने आपलं काम केलं होतं. आघाडीचे फलंदाज मैदानावर असे खेळत होते जणू काही ते टेस्ट मॅचलाच फलंदाजी करत आहेत. त्यांचा बॅटिंगचा रेट २० टक्क्यांपेक्षाही खाली गेला. आता दुर्योधनाला फारच काळजी वाटायला लागली. त्याने ड्रिंक्सच्या ब्रेकमध्ये आपल्या फलंदाजांसाठी निरोप पाठवला की लवकरात लवकर स्वत:ची विकेट टाकून पॅव्हेलियनमध्ये परत यावे. असं करायला परवानगी होती की नाही ते दुर्योधनाला माहीत नव्हतं, पण या गोष्टीचा चांगला परिणाम झालेला त्याला दिसला. आता फलंदाजांनी जोरात फटके मारायला सुरुवात केली आणि लगेचच त्यांच्यातल्या एकाची खरंच विकेट पडली.

डोळ्यांत आणि डोक्यात अंगार फुलवत दुर्योधन आपली बॅट सावरत मैदानाकडे निघाला. 'तकीला' डोक्यात गेल्यामुळे तो किंचित कापत होता. बुडत्या जहाजाला आधार देण्यासाठी तो निघाला होता खरा, पण आघाडीच्या फलंदाजांनी फारच खराब कामगिरी करून ठेवली होती. त्याने जिवाच्या आकांताने प्रयत्न सुरूच ठेवले. रन्स वाढत राहिले आणि अखेर शेवटच्या ओव्हरमध्ये त्याच्या टीमला एकूण ३५ धावांची गरज होती. सहा बॉलमध्ये ३५ रन!

इकडे संजयने आपला धृतराष्ट्राबरोबर सुरू ठेवलेला फोन बंद करून सायलेंटवर ठेवून दिला आणि धृतराष्ट्राच्या येणाऱ्या कॉल्सकडे अगदी दुर्लक्ष केलं. चारही पांडव आपल्या कॉर्पोरेट बॉक्समधून खाली उतरून बाउंड्री लाइनच्या जवळ येऊन थांबले. प्रत्येकाच्या हातात एकेक शॅम्पेनची बाटली होती. खरंतर आता सारं संपल्यात जमा होतं. 'हस्तिनापूर एन्टरप्राइज' आता त्यांचं होणार होतं. आपले पिताश्री वरून

हे सगळं नक्कीच पाहत असतील.

पण दुर्योधनदेखील काही मेल्या आईचे दूध प्यायला नव्हता. त्याच्या अंगात योद्ध्याचं रक्त सळसळत होतं आणि त्या रक्तात 'तकीला' मिसळली होती, त्यामुळे ते अधिकच उसळत होतं. आता पुढचे पाच बॉल खेळण्यासाठी तो सज्ज झाला होता. त्याने डीप स्क्वेअर लेग, लॉग ऑन, डीप बॅकवर्ड पॉइंट, डीप कव्हर आणि विकेट कीपरच्या डोक्यावरून अगदी हत्तीने आपली सोंड उंचावून सलाम करावा तसा फटका मारत सिक्सवर सिक्स मारण्याचा धडाका सुरू ठेवला. तो प्रत्येक वेळेस चेंडूला फटका मारल्यावर जोरात आरोळी ठोकत होता. सगळे बॉलर्स आणि फील्डर्सना हा खूप मोठा धक्का होता. पांडव तर दिङ्मूढ होऊन पाहतच राहिले. विजयश्रीच्या इतक्या जवळ येऊन ठेपल्यावर आता काही क्षणांमुळे त्यांना परत एकदा आपल्या एनजीओकडेच वळावं लागणार अशी परिस्थिती निर्माण होत होती ना! अशा वेळेस पुन्हा एकदा कृष्ण त्यांच्या मदतीला धावून आला.

कृष्ण बाउंड्री लाइनच्या अगदी जवळ येऊन त्याने भीमाला हाका मारायला सुरुवात केली आणि हूला हुपच्या रिंगमध्ये जशी कंबर हलवतो तशी कंबर हलवायला सुरुवात केली. भीमाला समजतच नव्हतं की दुर्योधनाचं खच्चीकरण करण्यासाठी कृष्ण असं वागतोय की त्यांच्या टीमला सपोर्ट म्हणून चिअर लीडरचं काम करतोय. ही काही लीगची मॅच नव्हती, त्यामुळे तिथे चिअर लीडर्स अर्थातच नव्हत्या! किंवा बहुतेक कृष्ण हरत चाललेल्या इंद्रप्रस्थ टीमला प्रोत्साहन देत असावा. भीमाला गोंधळलेला पाहून कृष्णाने साइड स्क्रीन हलवला. तो नीट सेट होत असण्याच्या मधल्या काळात कृष्णाने भीमाला बाराव्या फील्डरबरोबर एक निरोप पाठवला. ॲपलची वेबसाइट पाहून अर्जुनाला जसं ज्ञान मिळालं तसाच आत्ता भीमाच्याही डोक्यात प्रकाश पडला आणि कृष्णाला काय सांगायचं होतं ते त्याला समजलं. मग त्याने बॉलरला काही सूचना दिल्या. बॉलरला आपल्या बॉलवर सतत सिक्स मारल्या जात आहेत हे अजिबात रुचलं नव्हतं, त्यामुळे भीमाच्या सूचनांमुळे त्याच्या डोळ्यांत एक वेगळीच चमक आली. या ओव्हरचा शेवटचा बॉल टाकायला आता तो तयार झाला. अख्ख्या कॉर्पोरेट जगताचं भवितव्य

आता त्याच्या हातात होतं. बॉलरने धावत जाऊन उत्तम लांबीचा चेंडू टाकला. तो अतिशय वेगवान होता. दुर्योधन त्या बॉलला फटका मारण्यासाठी किंचित पुढे आला आणि त्याने बॅट उंचावली, पण त्या चेंडूच्या वेगाचा दुर्योधनाने नीट अंदाज घेतलेला नव्हता. बॅटला कट होत तो बॉल दुर्योधनाच्या मांड्यांमध्ये जोरदार घुसला आणि पुढे काही न कळण्या इतक्या असंख्य वेदनांनी कळवळत दुर्योधन बॅट सोडून खाली कोसळला. तसाही दुर्योधन पॅडव्यतिरिक्त इतर काही प्रोटेक्शन न वापरण्याबद्दल प्रसिद्धच होता. त्यामुळे हे कधीतरी होणार होतंच. दुर्योधनाला हजार विंचू डसल्यासारख्या वेदना मस्तकात जात होत्या. त्याच्या डोळ्यांसमोर अंधारी आली होती. त्या वेदनांमधूनही त्याला पांडवांनी ही मॅच जिंकल्याचा जल्लोष कानावर येतच होता. दुःशासन आपल्या बंधूला मदत करण्यासाठी ग्राउंडवर धावला.

"भ्राताश्री, तू ठीक आहेस ना?" या त्याच्या मूर्ख प्रश्नावर तशाही परिस्थितीत दुर्योधन खूप चिडला. त्याला बोलता आलं असतं तर त्याने दुःशासनाला चांगलंच फटकारलं असतं. तो नीट उभादेखील राहू शकत नव्हता; डोळ्यांसमोर अंधकार होता. आता सगळं संपलं होतं! दुःशासनाचा आधार घेत दुर्योधन उठला आणि दोघेही विमनस्कपणे त्या पिचवरून विजयाचा जल्लोष करणाऱ्या पांडवांना मागे ठेवून निघून गेले. कृष्णाच्या चेहऱ्यावर ते सुप्रसिद्ध हास्य पसरले.

बारा

या कहाणीचा शेवट काही चांगला नाहीये. पांडवांनी आपल्या पराक्रमाने विजय खेचून आणला खरा, पण विजयाचा जल्लोष आणि उन्माद ओसरल्यावर या सर्व गोष्टींचा परिणाम काय झाला आहे याची त्यांना कल्पना आली. कुरुवंशावळीची लक्तरं वेशीवर टांगण्याच्या प्रक्रियेमध्ये ते सहभागी झाले होते. अर्थात, जे काही घडलं ते तसंच घडणार होतं. कौरवांनी आधीच कुरुवंशाला काळिमा लागण्यासारखे वर्तन करून या सर्वांचा पाया घातला होता. पांडव केवळ निमित्तमात्र झाले होते. हे सगळे तर्कवितर्क जरी योग्य असले तरी जे काही व्हायचं ते झालंच होतं ना!

या सर्व गोष्टींनी दुखावलेला युधिष्ठिर सर्वच बाबतीत अलिप्त झाला. हे सर्व झाल्यावर तो पितामह भीष्म यांना जाऊन भेटला. पितामहांनी त्याची समजूत काढण्यासाठी राजकारणावर एक प्रवचनच दिलं. हेच पुढे विष्णुसहस्रनाम म्हणून प्रसिद्ध झालं. हे म्हणजे एखाद्या निराश झालेल्या व्यक्तीला उत्साही करण्यासाठी अनुराग कश्यपची फिल्म दाखवण्यासारखं झालं.

पांचाली सध्या नकुलबरोबर राहत होती. तिने आणि इतर पांडवांनी युधिष्ठिराला समजावण्याचा खूप प्रयत्न केला. एकतर हे असंच होणार होतं आणि आता जे काही झालं आहे ते आपण बदलू शकणार नाहीये, मग दु:ख करून काय फायदा? तसंही युधिष्ठिराने त्याचं कर्तव्यच तर केलं होतं. अर्जुनाने कृष्णाला पुन्हा एकदा आयुष्याचं सार सांगण्यासाठी

निमंत्रण देण्याचं ठरवलं, कारण प्लासीच्या कॉन्फरन्स रूममध्ये त्या वेळेस कृष्णाने अर्जुनासाठी केलेलं आवेशपूर्ण भाषण नंतर जगप्रसिद्ध झालं.

इकडे कृष्ण स्वत:चाच प्रश्न सोडवण्यात गुंतला होता. त्याने कुरुक्षेत्रामध्ये सतत इतका वेळ दिल्यामुळे त्याच्या स्वत:च्या कन्सलटन्सी प्रॅक्टिसला फार मोठा धक्का बसला होता. तो इकडे बिझी असताना त्याचे इतर पार्टनर्स म्हणजे सगळे यादव, एकमेकांवर कुरघोडी करून स्वत:चं वर्चस्व प्रस्थापित करण्यासाठी आपसातच लढत राहिले आणि या सगळ्यात क्लायन्टकडे कोणीच लक्ष दिलं नाही. तसंही कृष्ण नसल्याने त्यांना दुर्लक्षित झाल्यासारखंच वाटत होतं, त्यामुळे अनेकांनी कृष्णाच्या फर्मकडून आपल्या केसेस काढून घेतल्या. इतक्या कमी दिवसांच्या अवधीमध्ये फर्मची कन्सलटन्सी फी खूपच रसातळाला गेली. मूळ पायावरच असा घावाचा बाण बसल्याने सगळंच इतकं कोलमडून पडलं की कृष्णालाही ते थांबवता आलं नाही. शेवटी कृष्णाला आपली फर्म गुंडाळावी लागली आणि शेवटी त्याला वक्ता म्हणून लघुद्योजकांना प्रवृत करणारी भाषणे देण्याच्या असाइनमेन्ट्स घ्याव्या लागल्या.

युधिष्ठिराच्या सततच्या निराशाजनक विचारांचा त्याच्या बंधूंवर खूपच परिणाम झाला. अर्जुनाचं लक्ष कॉर्पोरेट क्षेत्रातल्या घडामोडींवरून जे उडलं ते उडलंच आणि त्याचा परिणाम अर्थातच त्याच्या गोल्फवरही झालाच. त्याला कोणत्याही स्पर्धेत उत्तम कामगिरी करणं अशक्य झालं आणि मग या सगळ्याचा उघड उघड राग तो गोल्फ कोर्सवर कधी क्लब मोडून टाकून किंवा तो क्लब कोर्सवरच्या पाण्यात फेकून देऊन व्यक्त करायला लागला. सुदैवाने त्याचं गांडीव मात्र यापासून बचावलं, कारण तो अर्जुनासाठी अगदी स्पेशल असा क्लब होता आणि शिवाय, त्यांनी तो स्वत:च्या आदेशानुसार खास बनवून घेतला होता. त्याने अनेकदा खोटेपणा करूनही खेळ खेळला होता. त्याच्या अशा चमत्कारिक वागण्यामुळे 'नॅशनल गोल्फ असोसिएशन'ने अखेर त्याला वॉर्निंगदेखील दिली. या सगळ्याला कंटाळून निराशेने अर्जुनाने प्रोफेशनल गोल्फमधून निवृत्ती पत्करली. आता तो दुसऱ्या वर्गाच्या कंट्री क्लबमध्ये महानगरातल्या मध्यमवर्गीय महिलांना ७ आयर्न कसे करायचे याचं प्रशिक्षण देतो.

पांचालीबद्दल त्याला आता आकर्षण वाटेनासं झालं. एकंदरीतच त्याची विजिगीषू वृत्तीच नाहीशी झाली. जगण्याची लालसा नसलेल्या व्यक्तीसारखा आता तो केवळ जीवन ओढत राहिला.

'नॅशनल क्रिकेट लीग'मध्ये एका सुप्रसिद्ध माजी कुस्तीवीराच्या मुलाबरोबर मॅच फिक्सिंग करताना भीमाला पकडलं गेलं. तो चतुरस्त्र बॅट्समन होता यावर कोणाचाही विश्वास बसू नये, इतकी त्याची प्रगती खालावली. आता तो दोन्ही हातांनी बॅटिंग करू शकेल हे कोणालाच शक्य वाटत नव्हतं. भीम इतक्या सहजतेने चेंडू टोलवत असे की जणू गल्लीतल्या मैदानावर मॅच खेळतोय. असं वाटायचं की त्याच्याविरुद्ध टीमने तडजोड करून त्याला खेळता येण्यासारखे बॉल टाकायला सुरुवात केली आहे की काय? आता त्याचा जास्तीत जास्त वेळ हा कोर्टामध्ये खटले ऐकण्यात जायला लागला. त्याची कामगिरी इतकी घसरली की पुढच्या 'नॅशनल लीग'मध्ये त्याच्या नावावर कोणीही बोली लावली नाही. भीमाने अखेर काहीही पैसे न घेता मी खेळेन असं आमिष दाखवूनही आपल्या टीममध्ये असा हरवणारा कलंकित खेळाडू घेण्यासाठी कोणी तयार होईना. अखेर भीमाने आपल्या मूळपदावर परत जाऊ या असा साधासुधा विचार करून शाळकरी मुलांना टेनिस बॉलबरोबर गल्ली क्रिकेट कसं खेळायचं हे शिकवायला सुरुवात केली.

हे सर्व झालं तरीही नकुल-सहदेवांवर या सर्वाचा फारसा परिणाम झाला नाही. तसाही वर्षातला काही काळ पांचालीने त्यांच्यासोबत व्यतीत करावा इतकाच त्यांचा या सर्वांतला वाटा होता. त्यांना सर्वच असंदिग्ध वाटत होतं. आपलेच चायनीज वर्ल्ड रेकॉर्ड मोडण्याचा प्रयत्न करत ते आपापल्या गॅरेजमध्ये एकमेकांबरोबर टेबल टेनिस खेळण्यात जास्तीत जास्त वेळ घालवू लागले. तसंही अर्थार्जन शून्य असल्याने त्यांना पिंग पोंग बॉलबरोबर खेळावं लागत होतं, त्यामुळे आता त्यांचं नवीनच रेकॉर्ड होणार होतं.

दुर्योधन दुखण्यातून बरा झाल्यावर त्याला नॅशनल क्रिकेट लीग टीमने लिलावात निवडलं. अजूनही त्याच्या पाच बॉलवर पाच सिक्स मारण्याच्या खेळाची मोहिनी सर्वांवर होतीच. नॅशनल क्रिकेट लीगबरोबर तो काही सीझन खेळला आणि नंतर मात्र सर्वच रिटायर्ड खेळाडू आणि मॅनेजमेंट इन्स्टिट्यूटचे पदवीधारक जिथे जाऊन पोहोचतात त्या बॉक्समध्ये

कॉमेन्ट्रेटर म्हणून काम करायला त्याने सुरुवात केली. 'हस्तिनापूर एन्टरप्रायझे'स मधल्या अनुभवावर दु:शासनाने एक नवीन काम मिळवलं. तो काही कोणाच्या वशिल्याने तिथे लागला नव्हता, त्यामुळे त्यातून फार काही त्याला मिळत नव्हतं, पण अगदीच काही नसण्यापेक्षा ते बरं! जी काही मिळकत होती त्यामध्ये या बंधूंना आपल्या मातापित्याना अखेर वृद्धाश्रमात ठेवण्याची तरतूद करता आली. इतकंच काय पण त्यांना एक कुत्रादेखील आपल्यासोबत पाळता आला.

हे सर्व होऊनसुद्धा पांडवांपेक्षा कौरव जास्त सुखात आहेत हे पाहून युधिष्ठिराला जास्तच नैराश्य आलं. सगळ्यावरचा त्याचा विश्वासच उडाला. इतके दिवस चांगल्याचा वाइटावर विजय होत असतो हेच तो शिकला होता, पण आता उलटंच दिसत होतं. वाइटांनी चांगल्यावर विजय मिळवला होता. कृष्णाला त्याला हे पटवून द्यावं लागलं की आपण सर्व जण आता कलियुगात प्रवेश करत आहोत, त्यामुळे हे असंच घडणार होतं.

युधिष्ठिराने 'हस्तिनापूर एन्टरप्रायझेस' आपल्या छोट्या नातवाकडे म्हणजे अभिमन्यूच्या लहान बालकाकडे सोपवलं. आपल्या पिताश्रींप्रमाणेच हा धर्मपुत्र मग आयुष्याचा खरा अर्थ समजून घेण्यासाठी एकटाच पर्वत शिखरांवर जाऊन राहिला. पांचाली नकुल आणि सहदेव यांच्याबरोबर राहत होती. तिने आता सुटकेचा नि:श्वास सोडला. इतके दिवस पाच पतींबरोबर दिवस कंठताना होणारा त्रास तिचा तिलाच ठाऊक! द्रोणाचार्य गुरूंसारखेच तिने त्या दोन जुळ्या भावंडांना नवीन रेकॉर्ड करण्यासाठी खेळण्यात गुंतवून ठेवत आपण किटी पार्टीला एन्जॉय करत राहणं पसंत केलं.

धर्मराजाने पर्वतावर जाताना एका भटक्या कुत्र्याला आपल्याबरोबर आसरा दिला. अशी वदंता आहे की हा कुत्रा म्हणजे दुसरंतिसरं कोणीही नसून तो शापित दैवी अंश होता. पण हे पशू-पक्ष्यांचे प्रेम असलेले कार्यकर्ते काय आणि कसे बोलतात हे माहीत आहे ना तुम्हाला!

या पुराणकथेमधून आपल्यालाही कौटुंबिक मतभेद आणि राजकारणाच्या काही गोष्टी शिकायला मिळतात. या गोष्टी नक्की कोणत्या भूमिकेमध्ये दिसून येतात हे वाचक नक्कीच ओळखतील.

- इन्व्हेस्टमेंट बँकर्स जरी आपल्याला काहीही सांगत असले तरी लोभी वृत्ती ही कधीही वाईटच. इतरांचे आशीर्वाद मिळवा आणि आपल्याजवळ जे काही आहे त्यामध्ये आनंद माना.
- बोर्ड सदस्यांची रचना करताना योग्य विचार करा आणि काळजी घ्या. कोणाचेही अंतर्गत हितसंबंध त्यामध्ये गुंतलेले असू नयेत.
- आपल्या आवडत्या व्यक्तींचे दोष आणि मूर्खपणा याकडे काणाडोळा करू नका. जीवनाच्या खेळामध्ये आपल्या हाती असलेल्या गोष्टीकडे लक्ष द्या आणि अगदी आपल्या स्वत:च्या मर्यादांकडेदेखील डोळेझाक करू नका.
- विवाहापूर्वी कोणतीही गोष्ट करताना अत्यंत काळजीपूर्वक करा, नाहीतर त्याचे नकोसे परिणाम भोगावे लागतील.
- खोटे बोलणे टाळा. खोटे बोलणारा कधी ना कधी तरी पकडला जातोच आणि जेव्हा गरज असते नेमके तेव्हाच अशा खोटेपणामुळे हव्या त्या गोष्टी घडू शकत नाहीत.
- अपेयपान आणि जुगार खेळणे यामुळे सर्वस्वाचा विनाश होतो. अशा गोष्टींच्या मर्यादांबाबतचे ज्ञान आपल्याला असायला हवेच.
- जेव्हा मोठी माणसे आपल्या मूर्खपणामुळे सर्वांच्याच भवितव्याचे चुकीचे निर्णय घेत असतात तेव्हा हितचिंतक आणि नातेवाइकांनी त्यात हस्तक्षेप करावा. त्यांनी उगाच आधिकार, ज्येष्ठता आणि आदर वगैरे गोष्टींचा मनावर भार वाहू नये.
- फुकटात मिळत असलेल्या सर्वच गोष्टी उत्तम असतील असे समजू नये. हे म्हणजे पांढरा हत्ती पोसण्यासारखे झाले. आपली निवड ही डोळसपणेच करावी.
- स्वत:विषयी अति आत्मविश्वास बाळगला तर त्याने आपलेच नुकसान होते. आईच्या पोटातून शिकून किंवा एखादे हस्तलिखित वाचून एखादी गोष्ट कशी करायची हे समजत नसते. त्यासाठी अनुभवदेखील आवश्यकच असतो.
- वैकल्पिक जीवनशैलीकरता नेहमीच सिद्ध राहावे, त्यामुळे अशी जीवनशैली अंगीकारणाऱ्या व्यक्तींचा सामना करण्याची वेळ आली तर आपण आपल्या संवेदना ताळ्यावर ठेवून वागू शकतो.
- कोणावरही विशेषत: शिष्यांवर विश्वास ठेवू नये. हे कलियुग आहे

हे लक्षात ठेवावे.

- आणि सर्वांत शेवटचे म्हणजे गोल्फच्या शिष्टाचारांचे नीट लक्षपूर्वक पालन करावे. पिच दुरुस्त करावे आणि ग्रीनवरचे स्पाइक मार्कदेखील दुरुस्त करावे.

आधुनिक जगाच्या या काही 'टेन कमांडमेंट्स' नक्कीच नाहीत. अशा रीतीने आणखीही कित्येक मुद्दे काढता येतील. त्यातले काही अति उत्तम असलेले इथे उद्धृत केले आहेत.

या भारतीय पौराणिक कथेच्या संदर्भातली ही लेखन सीमा. तो परमपिता परमेश्वर सर्वांचं भलं करो! सर्वांना शुभेच्छा!!!

पूर्वपिठीका!

बऱ्याच वर्षांपूर्वी (खरं तर खूप खूप वर्ष झाली त्याला, मी पुन्हा एकदा त्या काळात शिरतो तेव्हा असं वाटतं की महायुद्ध झालं त्या घटनेला जितकी वर्ष झाली असतील जवळ जवळ तितकीच वर्ष झाली असतील त्या घटनेला), मी जेव्हा कॉलेज मध्ये होतो तेव्हा मला आणि माझ्यासारख्या अनेकांना दोन कादंबऱ्यानी वेड लावलं होतं. त्यातली एक होती उपमन्यू चटर्जी लिखित 'इंग्लिश ऑगस्ट' आणि दुसरी शशी थरूर यांची 'द ग्रेट इंडियन नोव्हेल'. तेव्हापासून आजपर्यंत, निदान माझ्यासाठी तरी, या दोन्ही कादंबऱ्या भारतीय लेखनाचे उत्कृष्ट प्रतीक आहेत. नंतर आलेली अमिताव घोष यांची 'द शॅडो लाइन्स' ही देखील मी माझ्या वैयक्तिक आवडणाऱ्या पुस्तकांच्या त्रयीच्या या छोट्याशा यादीत समाविष्ट करेन.

आज मी अगदी निःसंदिग्धपणे मान्य करतो, की माझी ही कादंबरी श्री थरूर यांच्या अंतिम कादंबरीवरून प्रेरणा घेऊन मी लिहिली आहे. महायुद्धावरील त्यांचा दृष्टिकोन व्यक्त करण्यासाठी त्यांनी स्वातंत्र्ययुद्धाच्या पार्श्वभूमीचा प्रयोग केला आहे. माझ्या पिढीने किंवा माझ्या नंतरच्या पिढीने जर हे पुस्तक वाचले नसेल, तर मी तुम्हाला नक्कीच विनंती करेन की ते लवकरात लवकर डाउनलोड करून घ्या! पण खरं सांगू का या कादंबरीचा अनुभव घ्यायचा असेल तर पेपरबॅक आवृत्तीमध्ये छापलेले पुस्तक विकत घेऊन ते वाचा. आपल्या हातात घेऊन पुस्तक वाचण्यातला आनंद आणि अनुभव काही औरच असतो मित्रांनो!

लोक म्हणतात की अनुकरण करणे हे खुशामत करण्याचे एक सर्वोत्तम साधन आहे; पण तुम्हाला खरं सांगू का निदान या जन्मात तरी मी थरूर यांच्यासारख्या लेखकाच्या लेखनाचे अनुकरण करण्याच्या तसूभर देखील जवळ जाण्याचे धैर्य दाखवू शकेन असे मला वाटत नाहीये. तरीसुद्धा, मला असं वाटलं की महाभारताच्या युद्धाच्या घटनेला मी एक समकालीन उपरोधिक वळण नक्की देऊ शकेन. मला माहीत नाही मला किती जमलंय ते, काळ ते ठरवेलच. म्हणजे माझ्या कादंबरीच्या विक्रीचे आकडे नक्कीच बोलतील!

नशिबाने, मी जिथे अपयशी ठरलेलो आहे तिथे बाकीच्यांनी यश मिळवले ही आपल्यासाठी ही एक जमेची बाजू आहे. या महायुद्धावर अनेक उत्तम कादंबऱ्या लिहिल्या गेल्या आहेत ज्या वाचताना मला देखील खूप मस्त वाटलं आणि त्या तुम्ही देखील वाचा असं मी अनेकांना सांगितलं. त्यांचा संदर्भ मी मुद्दाम खाली देतो आहे, अर्थात त्या कोणत्या क्रमाने वाचा हे सांगण्यासाठी हा क्रम नाहीये, तर मी ज्या क्रमाने त्या वाचल्या तो हा क्रम आहे :

- चित्रा बॅनर्जी दिवाकरूनी यांची 'द पॅलेस ऑफ इल्युजन्स'
- कविता काणे यांची 'कर्णाज वाइफ'
- शरथ कोमारजू यांची 'द विंड्स ऑफ हस्तिनापुर'

या सगळ्या पुस्तकांचं वैशिष्ट्य म्हणजे स्त्रियांच्या दृष्टिकोनामधून हे महाभारत कसं घडलं याचं चित्रण या कादंबऱ्या करतात. महाभारताच्या महायुद्धाला आकार देणाऱ्या अनेक प्रसंगामध्ये स्त्रियांना किती महत्त्वाची भूमिका पार पाडावी लागली यावर या कादंबऱ्या प्रकाश टाकतात. अनेकदा पुरुषांच्या धाडसाच्या, शौर्याच्या गाथा अनेक ठिकाणी गायल्या जातात. मी असं काही लिहिलं नाहीये पण आधी म्हटल्याप्रमाणे मी आधुनिक युगामध्ये चपखल बसणारी गोष्ट लिहिण्याचा प्रयत्न नक्कीच केला आहे. मला आशा आहे, की तुम्हाला ती आवडली असेल. मी हे देखील सांगू इच्छितो की, मला कुणाच्याही संवेदनशीलतेचा अपमान अजिबात करायचा नाहीये. तसा हेतु नक्कीच नाही. हे पुस्तक म्हणजे माझ्या मुक्त प्रतिभेची भरारी आहे आणि त्यातील कवि कल्पनांची जबाबदारी केवळ माझीच आहे. ■